Impressum
Verlag: BABADADA GmbH, Nedderfeld 112 , 22529 Hamburg
Geschäftsführer / Verlagsleitung: Harald Hof
Druck: Books on Demand GmbH, In de Tarpen 42, 22848 Norderstedt

Imprint
Publisher: BABADADA GmbH, Nedderfeld 112 , 22529 Hamburg, Germany
Managing Director / Publishing direction: Harald Hof
Print: Books on Demand GmbH, In de Tarpen 42, 22848 Norderstedt, Germany

ቤት-ትምህርቲ
trường học

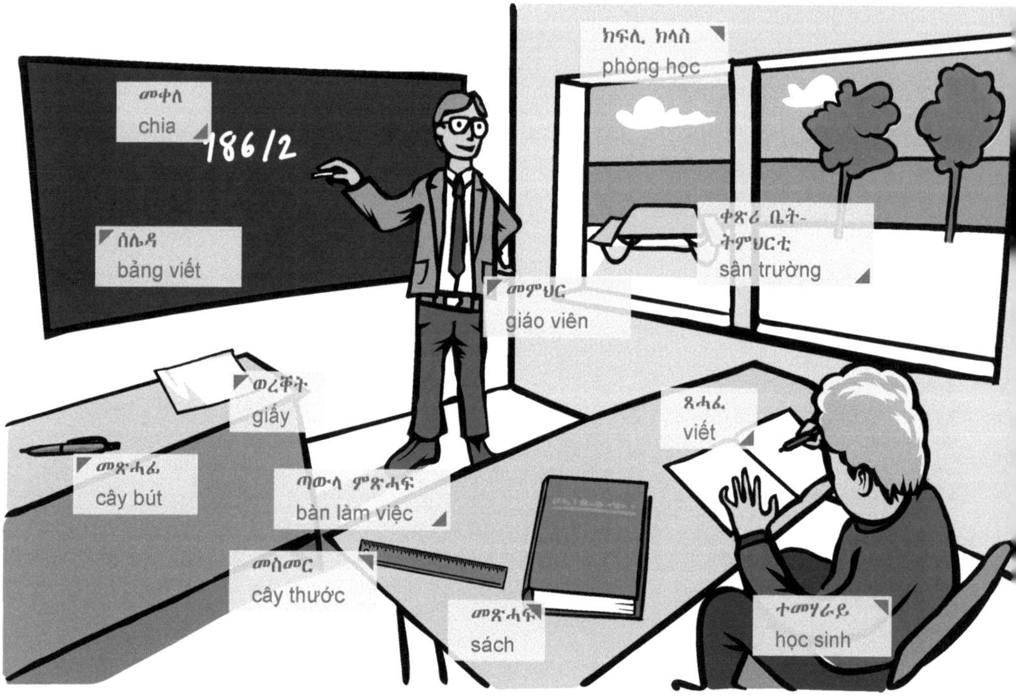
ክፍሊ ክላስ
phòng học
መቀለ
chia
186/2
ሰሌዳ
bảng viết
ቀጽሪ ቤት-ትምህርቲ
sân trường
መምህር
giáo viên
ወረቐት
giấy
ጸሓፊ
viết
መጽሓፊ
cây bút
ጣውላ ምጽሓፍ
bàn làm việc
መስመር
cây thước
መጽሓፍ
sách
ተመሃራይ
học sinh

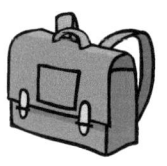

ሳንጣ ትምህርቲ

cặp đeo vai học sinh

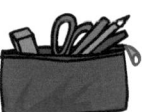

ሰፈር ብርዒ

hộp đựng bút

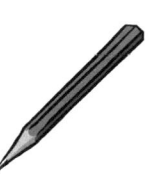

ርሳስ

bút chì

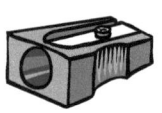

መብልሒ ርሳስ

cái gọt bút chì

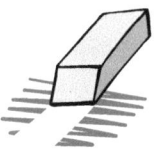

መደምሰሲ

cục tẩy

ጥራዝ ስእሊ

tập giấy vẽ

ስእሊ

bản vẽ

ብሩሽ ቀለም

cọ vẽ

ቦክስ ቀለም

hộp mực vẽ

መቁስ

cây kéo

መጣበቒ

keo dán

ጥራዝ መላመዲ

sách bài tập

ዕዮ ገዛ

bài tập ở nhà

12

ቁጽሪ

số

2+2

ወሰኽ

cộng

5-2

ጎደለ

trừ

2×2

ረብሓ

nhân

ደመረ

tính toán

A

ፊደል

chữ cái

ABCDEFG HIJKLMN OPQRSTU VWXYZ

ስርዓት ፊደላት

bảng chữ cái

hello

ቃል

từ

ጽሑፍ

văn bản

አንበብ

đọc

ኩርሽ

phấn viết

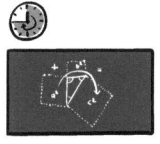

ሰዓት

bài học

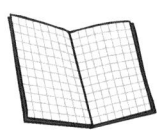

መዝገብ ክላስ

sổ lớp

መርመራ

thi kiểm tra

ሰርቲፊኬት

chứng chỉ

ድቢዛ ቤትትምህርቲ

đồng phục học sinh

ትምህርቲ

giáo dục

ለክሲኮን

từ điển bách khoa

ዩኒቨርሲቲ

đại học

ሚክሮስኮፕ

kính hiển vi

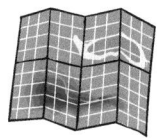

ካርታ

bản đồ

ጎሓፍ ወረቓት

thùng rác giấy

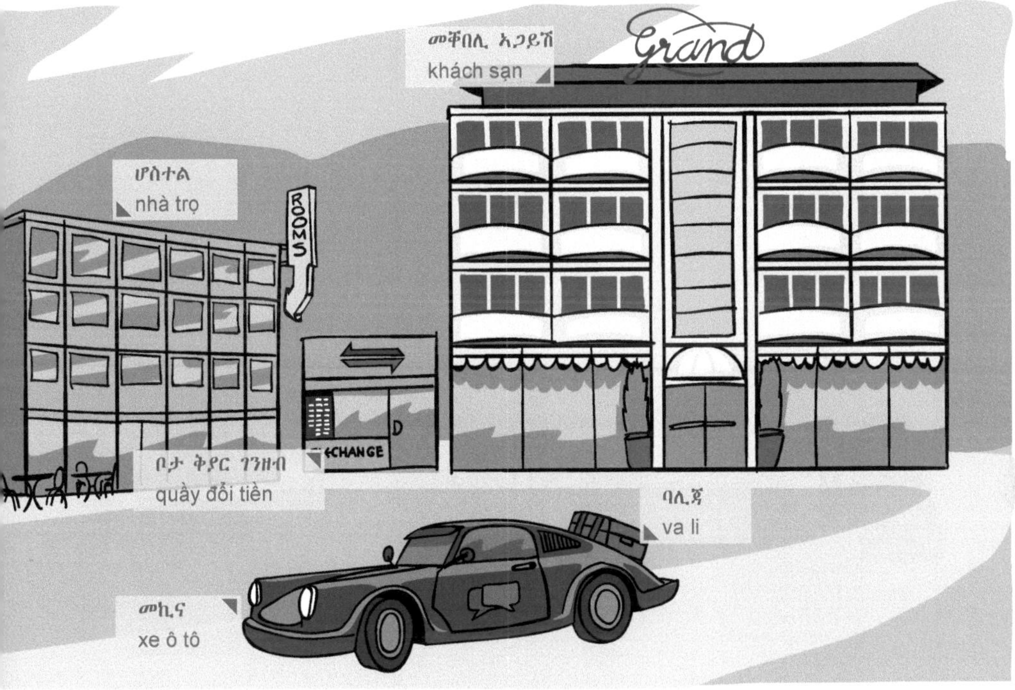
መቐበሊ ኣጋይሽ
khách sạn
Grand
ሆስተል
nhà trọ
ROOMS
ቦታ ቅያር ገንዘብ
quầy đổi tiền
ባሊጃ
va li
መኪና
xe ô tô

ቋንቋ

ngôn ngữ

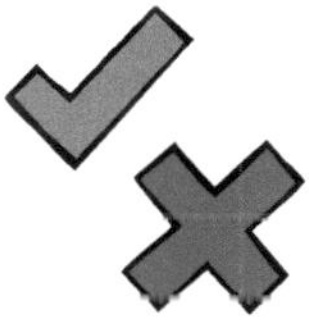

እወ / ኖ

có / không

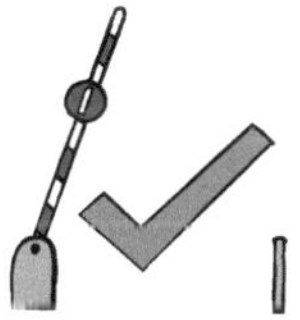

ሕራይ

ô kê

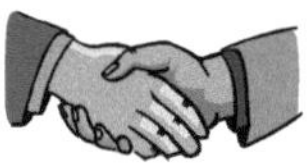

ሰላም

Xin chào

ኣስተርጓሚ

thông dịch viên

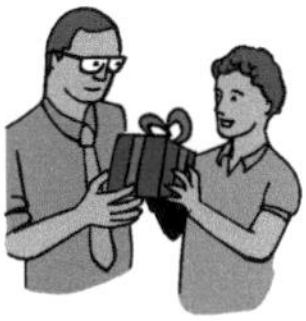

የቐንየለይ

cám ơn

. . . ክንደይ ዋግኡ?

… bao nhiêu tiền?

አይተረድአኹን

tôi không hiểu

ሽግር

vấn đề

ሰላም ምሸት!

Xin chào! (buổi tối)

ከመይ ሓዲርካ

xin chào! (buổi sáng)

ሰላም ለይቲ

chúc ngủ ngon!

ደሓን ኩን

tạm biệt

አንፈት

hướng đi

ጕዕዞ

hành lý

ሳንጣ

túi xách

ሳንጣ ሕቖ

túi ba lô

ጋሻ

khách

ክፍሊ.

phòng

ክሻ መደቀሲ.

túi ngủ

ቴንዳ

lều

ሓበሬታ በጻሕቲ ሃገር

thông tin du lịch

ገምገም ባሕሪ

bãi biển

ክረዲት ካርድ

thẻ tín dụng

ቁርሲ

ăn sáng

ምሳሕ

ăn trưa

ድራር

ăn tối

ቲከት

vé xe

ሊፍት

thang máy

ማሕተም ደብዳበ

tem bưu điện

ዶብ

biên giới

ድኳና

hải quan

ኣምበሲ

đại sứ quán

ቪዛ

thị thực

ፓስፖርት

hộ chiếu

መጓዓዝያ
vận chuyển

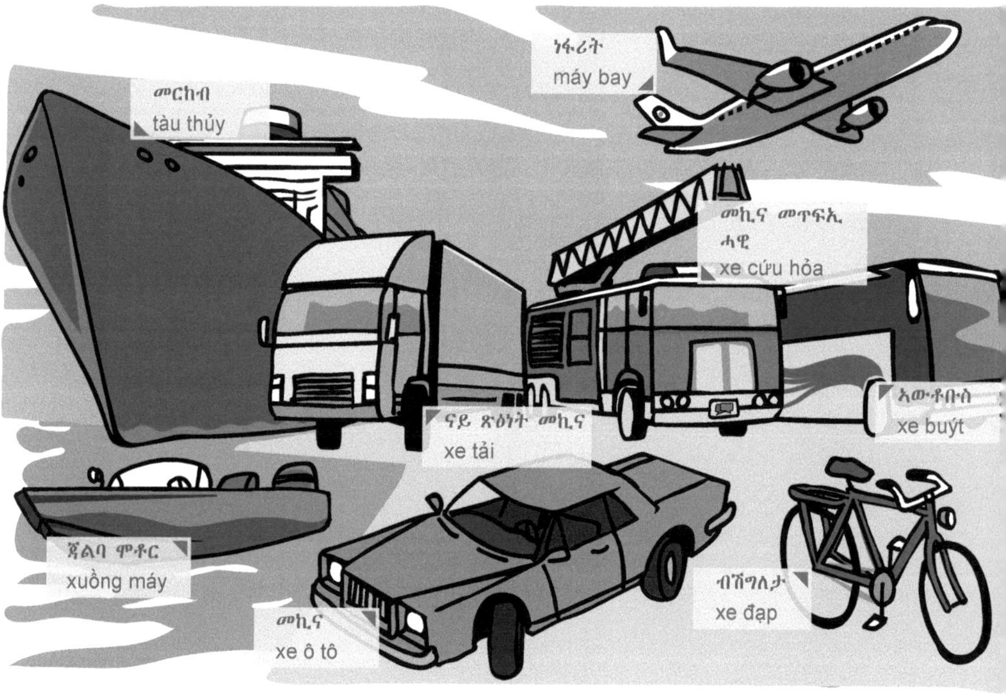
ነፋሪት
máy bay
መርከብ
tàu thủy
መኪና መጥፋኢ ሓዊ
xe cứu hỏa
ናይ ጽዕነት መኪና
xe tải
ኣውቶቡስ
xe buýt
ጃልባ ሞቶር
xuồng máy
ብሽግለታ
xe đạp
መኪና
xe ô tô

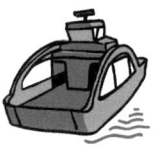

ፈሪ

phà

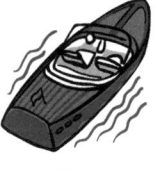

ጃልባ

xuồng

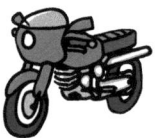

ሞቶ

xe máy

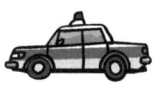

መኪና ፖሊስ

xe cảnh sát

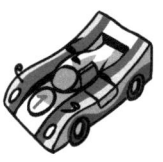

መኪና ቅድድም

xe đua

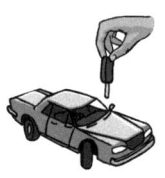

ክራይ መኪና

xe cho thuê

ምውፋይ መካይን

dịch vụ thuê xe tự lái

መወሰዲ መኪና

xe kéo cứu hộ

መኪና ጎሓፍ

xe rác

ሞተር

động cơ

ነዳዲ

xăng

እንዳ ነዳዲ

trạm xăng

ምልክት ትራፊክ

biển báo giao thông

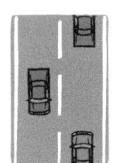

ትራፊክ

giao thông

ምጭቅጫቅ ትራፊክ

ách tắc giao thông

መዐሸጊ መኪና

bãi đậu xe

መዕረፊ ባቡር

nhà ga

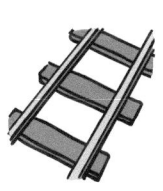

ሓዲግ

đường ray

ባቡር

xe lửa

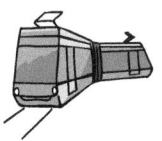

ትረም

tàu điện

ባጎኒ

toa xe

ሄሊኮፕተር

máy bay trực thăng

መዓረፈ ነፈርቲ

sân bay

ታወር

tháp

ተጓዓዢ

hành khách

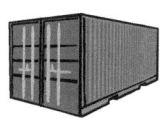

ኮንተይነር

côngtenơ

ሳንዱቕ ካርቶን

thùng các-tông

ኮርሳ ጽዕነት

xe đẩy

ዘንቢል

cái giỏ

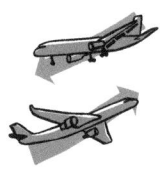

ተበገሰ / ዓለበ

cất cánh / hạ cánh

ከተማ
thành phố

ቀኈሸት

làng

ማእከል ከተማ

trung tâm thành phố

ገዛ

nhà

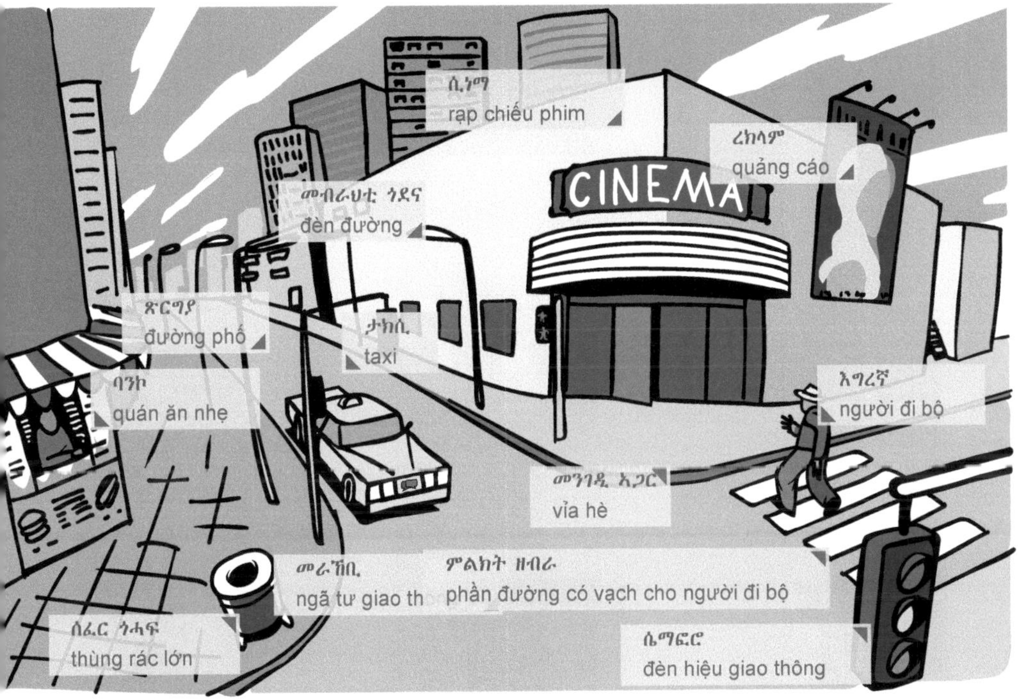

ሲኒማ
rạp chiếu phim

ረክላም
quảng cáo

መብራት ጎዳና
đèn đường

ጽርግያ
đường phố

ታክሲ
taxi

ባንክ
quán ăn nhẹ

እግረኛ
người đi bộ

መንገዲ እጋር
vỉa hè

መራኸቢ
ngã tư giao th

ምልክት ዘብራ
phần đường có vạch cho người đi bộ

ሰፈር ጓሓፍ
thùng rác lớn

ሴማፎር
đèn hiệu giao thông

አጉዶ
....
nhà chòi

አፓርትመንት
....
căn hộ

መዕረፊ ባቡር
....
nhà ga

ቤት ምምሕዳር
....
tòa thị chính

ቤተ መዘክር
....
viện bảo tàng

ቤት-ትምህርቲ
....
trường học

ዩኒቨርሲቲ
....
đại học

ባንክ
....
ngân hàng

ሆስፒታል
....
bệnh viện

መቆበሊ አጋይሽ
....
khách sạn

ቤት መድሃኒት
....
hiệu thuốc

ቤት ጽሕፈት
....
văn phòng

ዱኳን መጽሐፍቲ
....
hiệu sách

ዱኳን
....
cửa hiệu

ዱኳን ዕንባባ
....
cửa hiệu bán hoa

ሱፐርማርክት
....
siêu thị

ዕዳጋ
....
chợ

ሹቕ
....
cửa hàng bách hóa

ነጋዳይ ዓሳ
....
người bán cá

ሹቕ
....
trung tâm mua bán

መርሳ
....
bến cảng

መዝናግሻ
công viên

ባንኪ
ghế băng

ድልድል
cầu

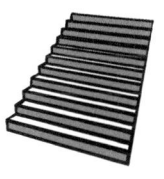

መደያይቦ
cầu thang

ባቡር ትሕቲ ምድሪ
tàu điện ngầm

ቢንቶ
đường hầm

መዕረፊ ኣውቶቡስ
trạm xe buýt

ቤት መስተ
quán bar

ቤት-መግቢ
khách sạn

ስታሪት
hòm thư công cộng

ታቤላ
bảng hiệu đường

ሰዓት ፓርኪንግ
đồng hồ đậu xe

መካነ እንስሳታት
vườn bách thú

መሓምበሲ
bể bơi

መስጊድ
nhà thờ Hồi giáo

ቤት ሕርሻ
nông trại

ብክላ
ô nhiễm môi trường

መቃብር
nghĩa trang

ቤተክርስትያን
nhà thờ

ቦታ ምጽዋት
sân chơi

ቤት መቕደስ
ngôi đền

ስእሊ መሬት
phong cảnh

ኣቝጽልቲ
lá cây

መሕበሪ መገዲ
bảng chỉ đường

መገዲ
lối đi

ሸኻ
bãi cỏ

እምኒ
hòn đá

ኮብላሊ
người đi bộ đường dài

ኣግራብ
cây

ፈለግ
sông

ሰዓሪ
cỏ

ዕንባባ
bông hoa

ስንጭሮ

thung lũng

ኮፐ

đồi

ቀላይ

hồ nước

ዱር

rừng

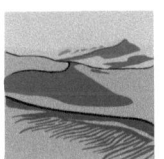

ምድረ በዳ

sa mạc

እሳተ-ጎመራ

núi lửa

ግምቢ

lâu đài

ቀስተ-ደመና

cầu vồng

ቃንጥሻ

nấm

ዓርኮብኮባይ

cây cọ

ጣንጡ

con muỗi

ሃመማ

con ruồi

ጻጻ

con kiến

ንህቢ

con ong

ላሬት

con nhện

ሕንዚዝ

bọ cánh cứng

ዕንቍርዖብ

con ếch

ምጽጹላይ

con sóc

ቅንፍዝ

con nhím

ማንቲለ

con thỏ

ጉንጓ

con cú

ጭሩ

con chim

ስዋን

thiên nga

መፍለስ

heo rừng

ዓጋዘን

con hươu

ሙስ

nai sừng tấm

ግድብ

đê

ተርባይን ንፋስ

tuabin gió

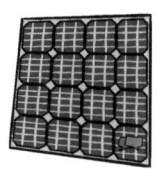

ሶላር ስርሓት

tấm năng lượng mặt trời

ኩነታት አየር

khí hậu

ቤት-መግቢ

khách sạn

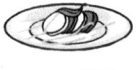

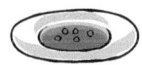

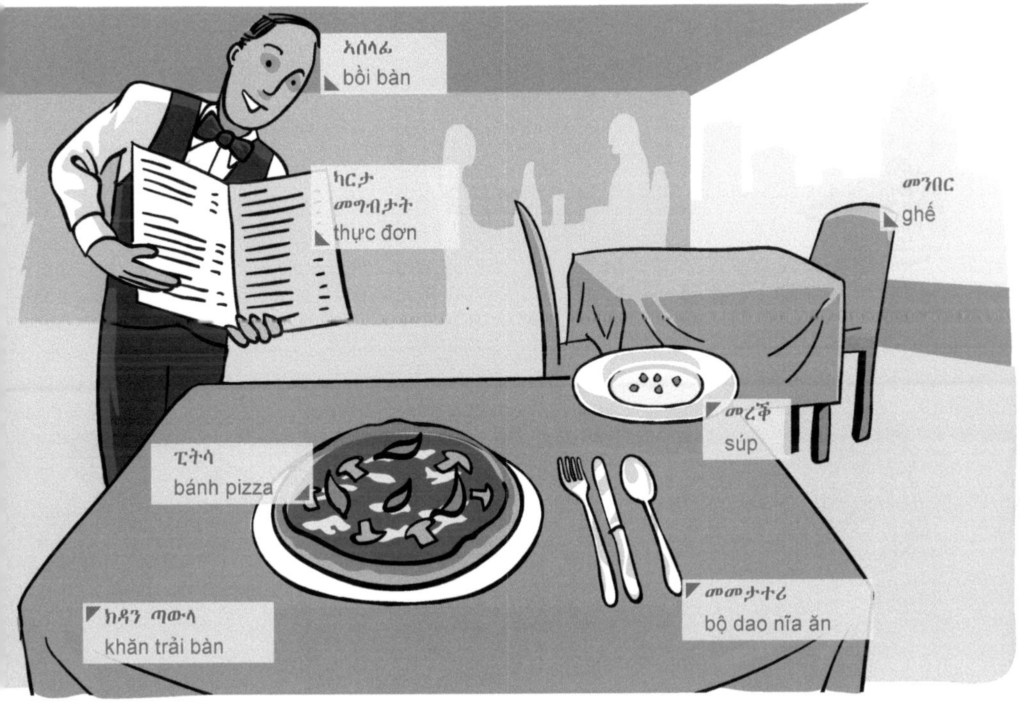
አሰላፊ
bồi bàn
ካርታ
መግብታት
thực đơn
መንበር
ghế
መረቕ
súp
ፒትሳ
bánh pizza
መመታትሪ
bộ dao nĩa ăn
ክዳን ጣውላ
khăn trải bàn

ቅድመ ቀንዲ መግቢ

món ăn khai vị

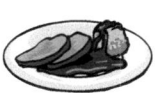

ቀንዲ መኣዲ

món ăn chính

ድሕረ መግቢ

món tráng miệng

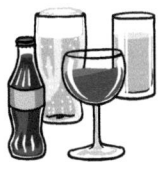

መስተ

thức uống

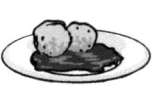

መግቢ

thức ăn

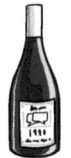

ጥርሙዝ

cái chai

ስሉጥ መግቢ.

thức ăn nhanh

መግቢ. ጽርግያ

thức ăn đường phố

ብርጭቆ ሻሂ

ấm trà

ታኒካ ሹኮር

hộp đường

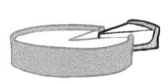

ክፋል

khẩu phần

ማሽን ኤስፐረሶ

máy pha espresso

ነዊሕ መንበር

ghế cao

ጸብጻብ

hóa đơn

ታብለት

khay

ካራ

dao

ፋርከታ

nĩa

ማንካ

thìa

ማንካ ሻሂ

thìa uống trà

ሰርቬየተ

khăn ăn

ብኬሪ

cốc thủy tinh

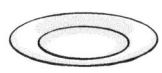

ሸሓኒ

đĩa

ሸሓኒ መረቕ

đĩa súp

ትሕቲ ኩባያ

đĩa lót cốc

ጸብሒ

nước sốt

ወሃቢ ጨው

lọ muối

መጥሓን በርበረ

cái xay tiêu

አቾቶ

giấm

ዘይቲ

dầu

ቀመም

gia vị

ከቻፕ

nước xốt cà chua

አድሪ

tương hạt cải

ማዮኔዝ

nước sốt mayonnaise

ሱፐርማርክት

siêu thị

ወፈያ
chào giá đặc biệt
FOR
ዓሚል
khách hàng
ፍርያታት ጸባ
sản phẩm từ sữa
ፍረታት
trái cây
ሰረገላ ዱኳን
xe đẩy mua sắm

BUTCHERS

እንዳ ስጋ

lò mổ

BAKERY

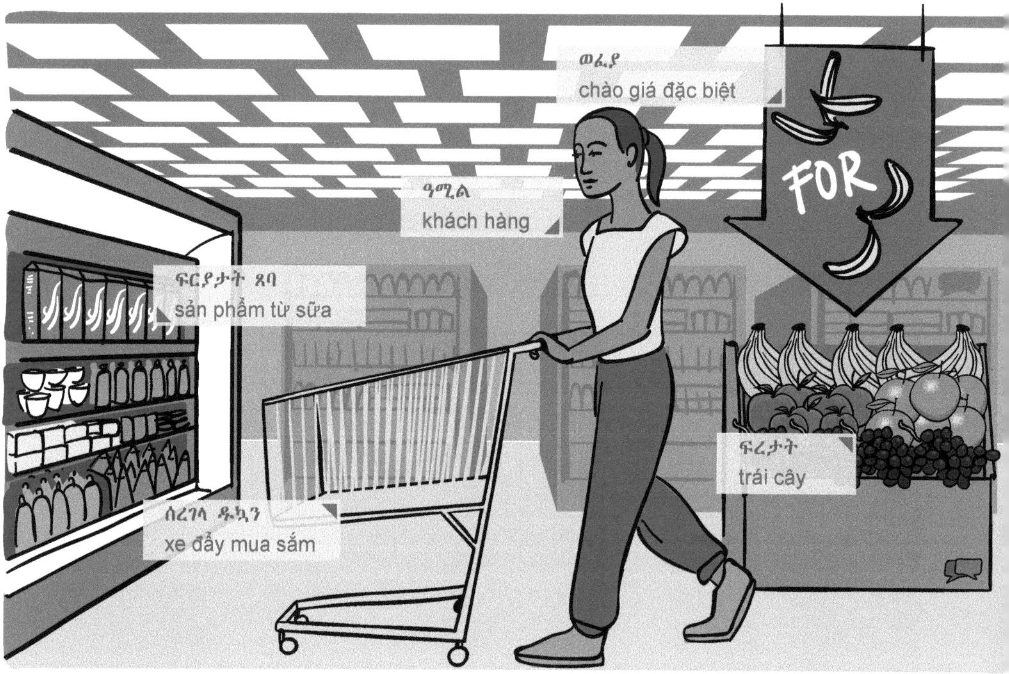

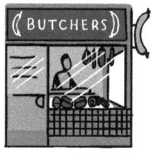

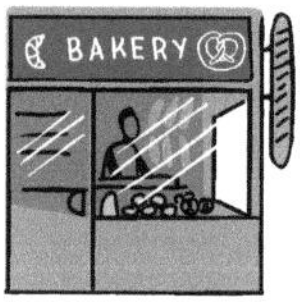

እንዳ ባኒ

cửa hiệu bán bánh mì

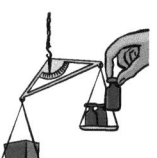

ክብደት

cân nặng

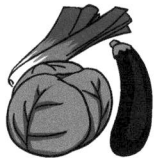

ኣሕምልቲ

rau quả

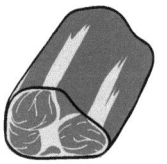

ስጋ

thịt

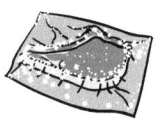

መግቢ ፍሪጅ በረድ

thức ăn đông lạnh

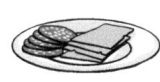

ዝሑል ቅሩብ መግቢ.
....
lát thịt nguội

እስታጦላ
....
đồ hộp

አሞ
....
bột giặt

ምቁር መግቢ.
....
đồ ngọt

ዘቤታውያን አቕሑ
....
sản phẩm dùng trong gia
đình

ናውቲ መጸረዪ.
....
chất tẩy rửa

ሻቃጣይ
....
người bán hàng

ካሳ
....
quầy trả tiền

ተሓዝ ገንዘብ
....
nhân viên thu ngân

ዝርዝር ምግዛእ
....
danh sách mua sắm

ክፉት ስዓታት
....
giờ mở cửa

ማሕፉዳ
....
ví tiền

ክረዲት ካርድ
....
thẻ tín dụng

ሳንጣ
....
túi đeo

ፌስታል
....
túi ny lông

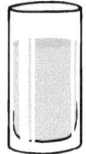 

ማይ
nước

ጅማቆ
nước quả ép

ጸባ
sữa

ኮላ
coca-cola

ነቢት
rượu vang

ቢራ
bia

አልኮል
cồn

ካካው
cacao

ሻሂ
trà

ቡን
cà phê

ኤስፕሬሶ
espresso

ካፑቺኖ
cappuccino

ባናና
....
chuối

ቱፋሕ
....
quả táo

አራንሺ
....
quả cam

ብርጭቆ
....
dưa hấu

ለሚን
....
chanh

ካሮት
....
cà rốt

ጿዕዳ ሽጉርቲ
....
tỏi

ባምቡስ
....
tre

ሽጉርቲ
....
củ hành

ቅንጥሻ
....
nấm

ፉል
....
hạt dẻ

ፓስታ
....
mì

ስፓጌቲ

mì spaghetti

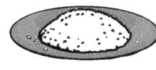

ሩዝ

cơm

ሰላጣ

xà lách

ቅልዋ ድንሽ

khoai tây chiên

ቅሉው ድንሽ

khoai tây chiên

ፒትሳ

bánh pizza

ሃምቡርገር

bánh hamburger

ፓኒኖ

bánh mì sandwich

ቢስተካ

thịt côtlet

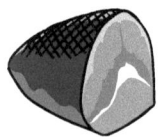

ሰለፍ ሓሰማ

thịt giăm bông

ሳላሚ

xúc xích

ግዕዝም

dồi

ደርሆ

gà

ቀለወ

rán

ዓሳ

cá

ገዓት
cháo yến mạch

ሙስሊ
cháo muesli

ኮርንፍለይክስ
bánh bột ngô nướng

ሓርጭ
bột mì

ክሮሶን
bánh sừng bò

ባኒ
bánh mì

ባኒ
bánh mì

ቶስት
bánh mì nướng

ብሽኮቲ
bánh bích quy

ጠስሚ
bơ

ርጎ
sữa đông

ፓስተ
bánh ngọt

እንቋቍሖ
trứng

ቅሉው እንቋቍሖ
trứng rán

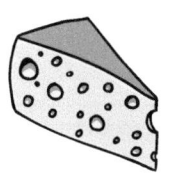

ፋርማጆ
pho mát

አይስ ክሪም
kem

ሽኮር
đường

መዓር
mật ong

ጅም
mứt

ኑጋት-ክሪም
kem nougat

ኩሪ
cà ri

ቤት ሕርሻ
nông trại

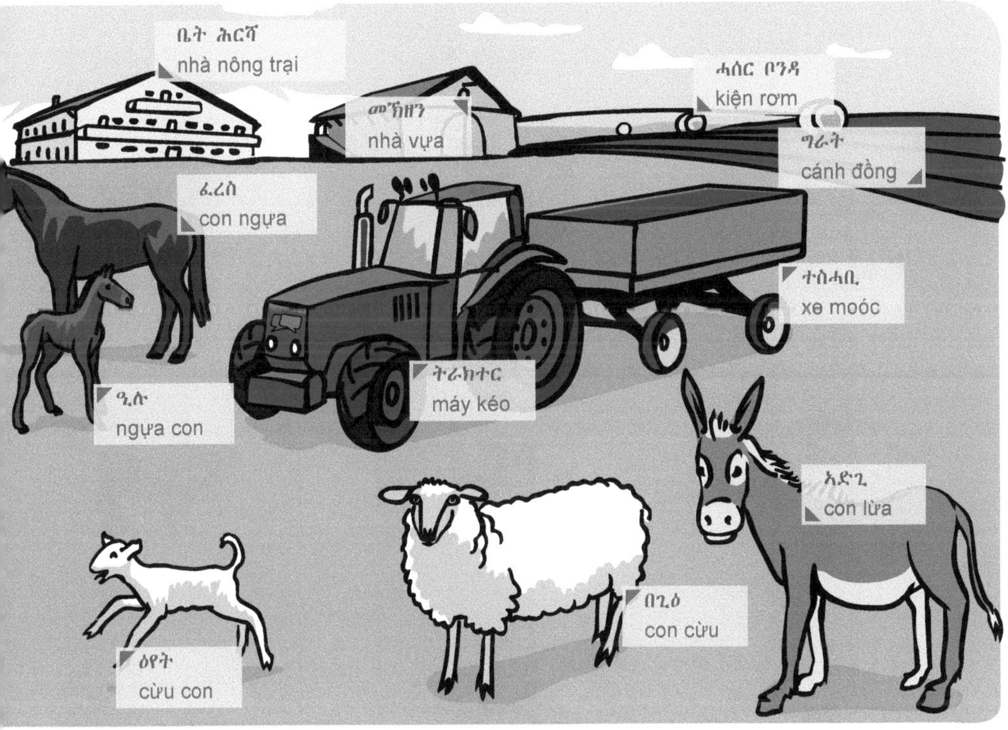

ቤት ሕርሻ
nhà nông trại
መኽዘን
nhà vựa
ሓሰር ቦንዳ
kiện rơm
ግራት
cánh đồng
ፈረስ
con ngựa
ተስሓቢ
xe moóc
ትራክተር
máy kéo
ዒሉ
ngựa con
ኣድጊ
con lừa
በጊዕ
con cừu
ዕየት
cừu con

ጤል

con dê

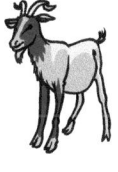

ብዕራይ

con bò

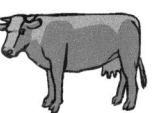

ምራኽ

con bê

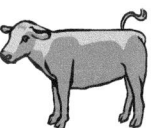

ሓሰማ

con lợn

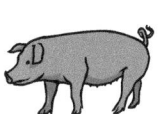

ውላድ ሓሰማ

lợn con

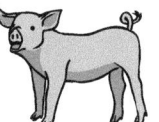

ኣርሓ

bò đực

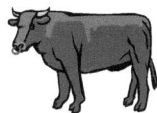

ዓሳ

con ngỗng

ማይ ደርሆ

con vịt

ጫቚኊት

gà con

ደርሆ

gà mái

ኣርሓ ደርሆ

gà trống

ኣንጨዋ ዓባይ

con chuột

ድሙ

mèo

ኣንጭዋ

chuột nhắt

ብዕራይ

bò đực

ከልቢ

con chó

ኣጕዶ ከልቢ

nhà chuồng chó

ቱቦ ጀርዲን

ống tưới vườn cây

መዝፈፊ ማይ

thùng tưới cây

ዓቢ ማዕጺድ

lưỡi hái

ማሕረሻ

cái cày

ማዕጺድ

cái liềm

ጭኳሮ

cái cuốc

መስአ

cái chĩa

ፋስ

cái rìu

ጋሪብያ ኢድ

xe cút kít

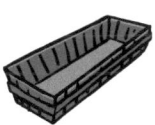

ጋብላ

máng ăn

ብርጭቆ ጸባ

lọ sữa

ክሻ

bao tải

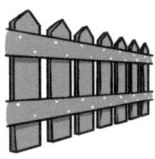

ሓጹር

hàng rào

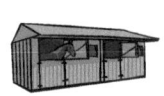

መንሰስ

chuồng

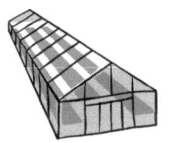

ቆጠልያ ገዛ

nhà kính trồng cây

ባይታ

đất trồng

ዘርኢ

hạt giống

ድኹዒ

phân bón

ዘጣምር ቀውዓይ

máy gặt đập liên hợp

ቀውሶ
....
thu hoạch

ጻማ
....
mùa thu hoạch

ድንሽ ያም
....
khoai lang

ስርናይ
....
lúa mì

ሶያ
....
đậu nành

ድንሽ
....
khoai tây

ዕፉን
....
ngô

ራፕስ
....
hạt cải dầu

ገረብ ፍረታት
....
cây ăn trái

ማኒኦክ
....
sắn

ኣእኻል
....
ngũ cốc

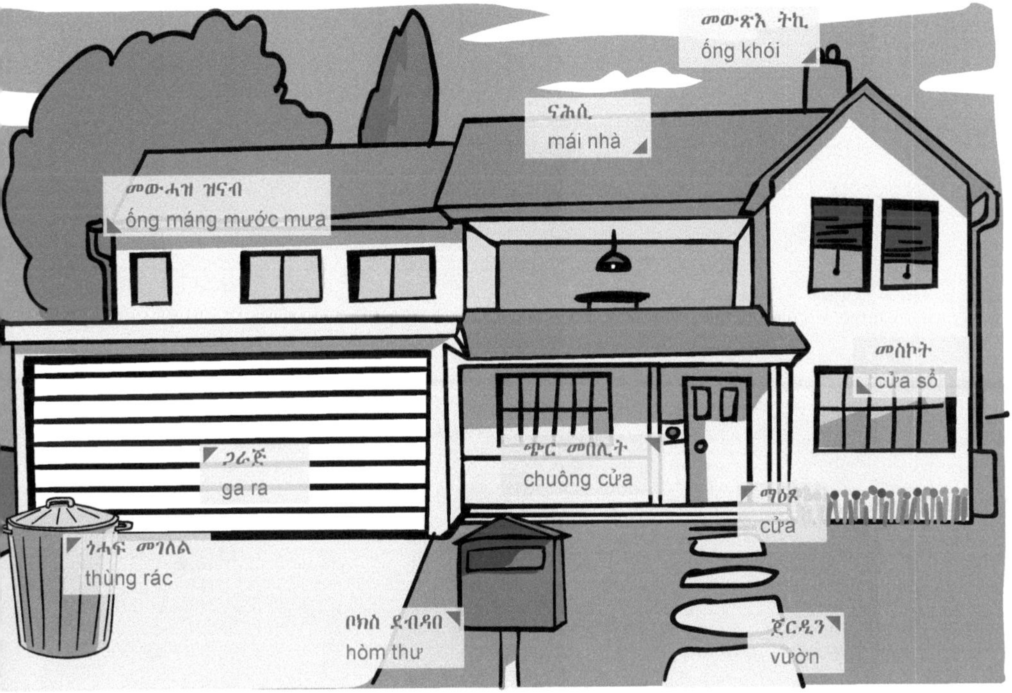

መውጽእ ትኪ
ống khói

ናሕሲ
mái nhà

መውሓዝ ዝናብ
ống máng nước mưa

መስኮት
cửa sổ

ጋራጅ
ga ra

ጭር መበሊት
chuông cửa

ማዕጾ
cửa

ጎሓፍ መገለል
thùng rác

ቦክስ ደብዳበ
hòm thư

ጀርዲን
vườn

ክፍሊ ምችማጥ
....
phòng khách

ክፍሊ ባንዮ
....
phòng tắm

ክሽነ
....
bếp

ክፍሊ መደቀሲ
....
phòng ngủ

ክፍሊ ቆልዑ
....
phòng trẻ em

መመገቢ ክፍሊ
....
phòng ăn

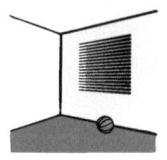

ባይታ
nền nhà

መንደቅ
tường

ከቦርታ
trần nhà

ካንቲና
tầng hầm

ሳውና
tắm hơi

ባልኮን
ban công

ዛላ
sân hiên

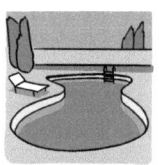

መሕምበሲ
bể bơi

መቐረጺ ሳዕሪ
máy cắt cỏ

አንሶላ ዓራት
khăn trải giường

ከቦርታ ዓራት
khăn trải giường

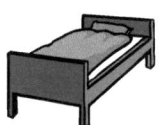

ዓራት
giường

መኾስተር
chổi

መገለል
cái xô

መወልዒት
công tắc điện

ክፍሊ ምቕማጥ

phòng khách

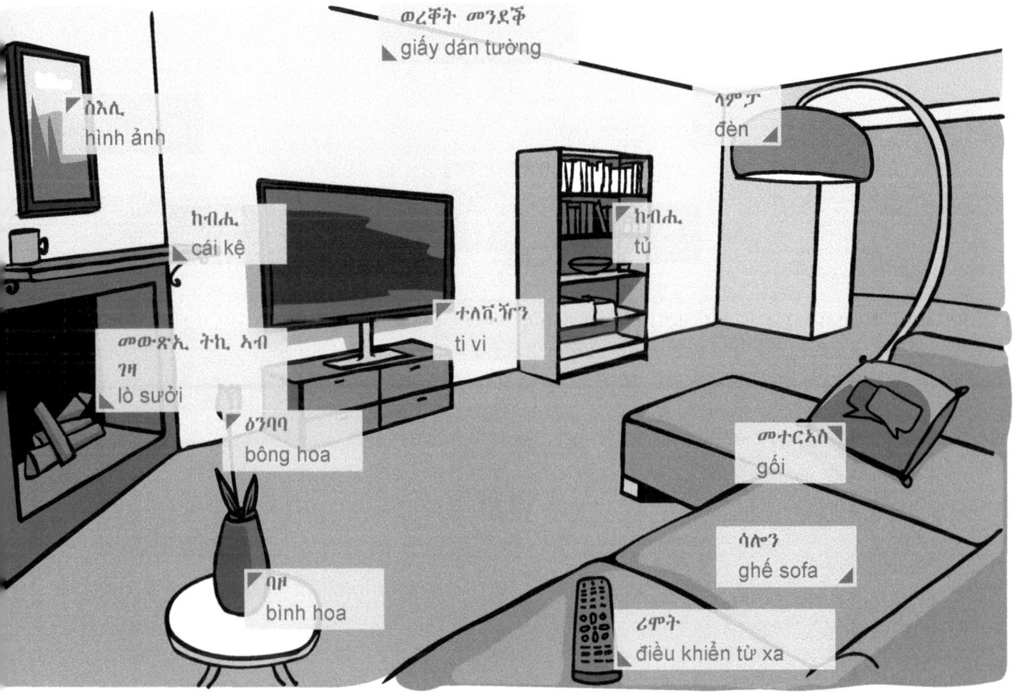

ወረቐት መንደቕ
giấy dán tường
ስእሊ
hình ảnh
ላምፓ
đèn
ከብሒ
cái kệ
ከብሒ
tủ
ተለቪዥን
ti vi
መውጽኢ ትኪ ኣብ ገዛ
lò sưởi
ዕንባባ
bông hoa
መተርኣስ
gối
ሳሎን
ghế sofa
ባዞ
bình hoa
ሪሞት
điều khiển từ xa

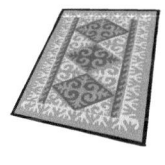

መንጸፍ

thảm

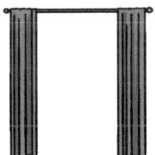

መጋረጃ

rèm

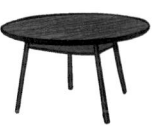

ጣውላ

cái bàn

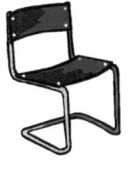

መንበር

ghế

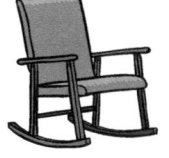

ሰለል ዝብል መንበር

ghế bập bênh

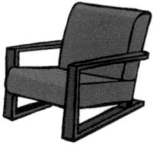

መንበር ምቹእ

ghế bành

መጽሐፍ

sách

ከቦርታ

cái chăn

ስልማት

đồ trang trí

እንጨይቲ ሓዊ

củi

ፊልም

phim

ስተረዮ

máy hi-fi

መፍትሕ

chìa khóa

ጋዜጣ

báo

ቕብኣ

bức tranh

ፖስተር

áp phích

ሬድዮ

radio

ጥራዝ

sổ ghi chép

መልገሲ ደርና

máy hút bụi

በለስ

cây xương rồng

ሽምዓ

cây nến

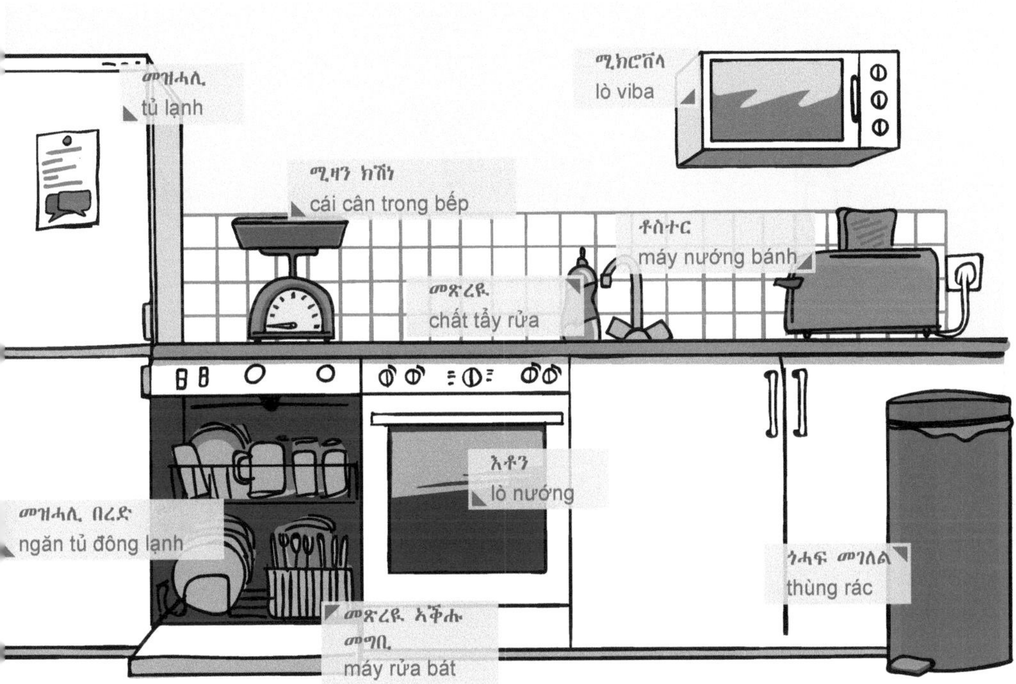

መዝሓሊ
tủ lạnh

ሚክሮቨላ
lò viba

ሚዛን ክሽን
cái cân trong bếp

ቶስተር
máy nướng bánh

መጽረዪ
chất tẩy rửa

እቶን
lò nướng

መዝሓሊ በረድ
ngăn tủ đông lạnh

ጎሓፍ መገለል
thùng rác

መጽረዪ ኣቕሑ መግቢ
máy rửa bát

መኽሸኒ
lò nấu

ድስቲ
nồi

ድስቲ ሓጺን
nồi sắt

ሾክ/ካዳይ
chảo

ባደላ
chảo

መውዓዪ ማይ
ấm đun nước

መፍልሒ

nồi đun hơi

ንቴራ ምስንካት

khay lò nướng

ኣቕሑ መግቢ

bát đĩa

ብርጭቆ

cốc

ጭሓሎ

cái bát

ማንካቺና

đũa

ማንካ መረቕ

cái vá

መገልበጢ ባደላ

bàn xẻng

መኸስተር ውርጪ

que đánh kem

መንፈት መግቢ

rây dùng trong bếp

መንፈት

cái rây lọc

መፋሕፍሒ

cái nạo

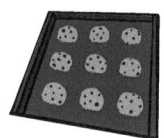

ሞርታር

vữa

ባርቢኪዩ

vỉ nướng

ስፍራ ሓዊ

ngọn lửa trần

እንጨይቲ ምምታር

cái thớt

እንጨይቲ ኩረር

trục cán bột

መኽፈት ቡሽ

cái mở nút chai

ታኒካ

vỏ đồ hộp

መኽፈቲ ታኒካ

cái mở vỏ đồ hộp

ጨርቂ ድስቲ

miếng nhấc nồi

ቡኖባ

bồn rửa bát

አስባስላ

bàn chải

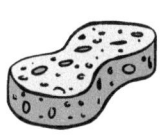

ሰፍነግ

miếng xốp

ሓዋሲ ኣደባላጄ

máy xay

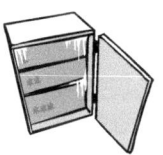

መዝሓሊ በረድ

tủ đông lạnh

ጥርሙዝ ጣጣይ

bình sữa cho trẻ sơ sinh

ቡምባ ማይ

vòi nước

ክፍሊ ባንዮ

phòng tắm

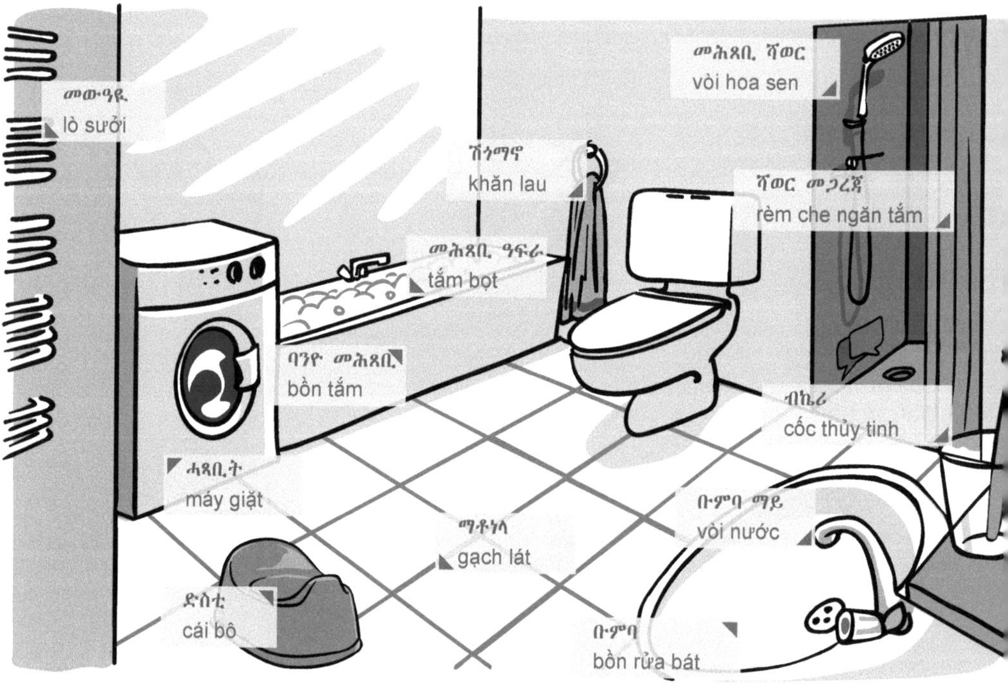

መውዓዪ
lò sưởi
ሽጎማኖ
khăn lau
መሕጸቢ ሻወር
vòi hoa sen
ሻወር መጋረጃ
rèm che ngăn tắm
መሕጸቢ ዓፍራ
tắm bọt
ባንዮ መሕጸቢ
bồn tắm
ብኬሪ
cốc thủy tinh
ሓጻቢት
máy giặt
ቡምባ ማይ
vòi nước
ማቶኒላ
gạch lát
ድስቲ
cái bô
ቡምባ
bồn rửa bát

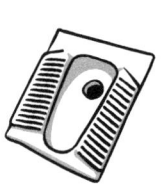

ሽቓቕ

bồn cầu

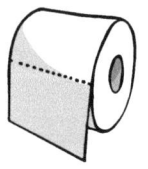

ሽቓቕ ኮፍ

bồn cầu ngồi xổm

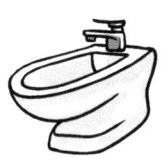

በዱ

bồn rửa hậu môn

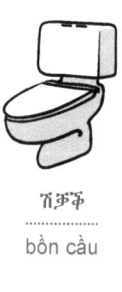

ሽቓቕ ተባዕታይ

bồn tiểu tiện

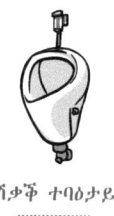

ወረቐት ሽቓቕ

giấy vệ sinh

ኣስባስላ ሽቓቕ

bàn chải cọ bồn cầu

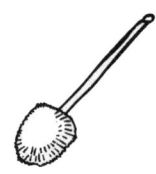

አስባስላ ስኒ

bàn chải đánh răng

ክረማ ስኒ

kem đánh răng

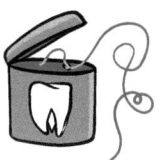

ሃሪ ስኒ

chỉ nha khoa

ሓጸበ

rửa

ዱኽ ኢኣድ

vòi sen cầm tay

ዱኽ

vòi rửa hậu môn

ብርጭቆ ምሕጸብ

bồn rửa

አስባስላ ሕቖ

bàn chải cọ lưng

ሳምና

xà phòng

ሻወር ጀል

sữa tắm

ሻምፑ

dầu gội

ጨርቂ መሕጸቢ

khăn cọ để tắm

መውሓዚ

lỗ thoát nước

ክረማ

kem

ደዮ ጨና

chất khử mùi

መስትያት

gương

ናይ ኢድ መስትያት

gương tay

መላጸ

dao cạo râu

ዓፍራ ምልጸይ

kem cạo râu

ጨና ድሕሪ ምልጸይ

nước thơm dùng sau khi
cạo râu

መመሸጥ

cái lược

አሰባስላ

bàn chải

መንቀጺ ጸግሪ

máy xấy tóc

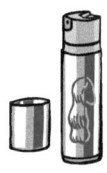

ስፕረይ ጸግሪ

keo xịt tóc

መመላኽዒ

đồ trang điểm

ብርዒ ቀለም ከንፈር

thỏi son môi

አዝማልቶ

sơn bôi móng

ጸምሪ ጡጥ

bông

መስደዲ ጽፍሪ

kéo cắt móng

ጨና

nước hoa

ሳንጣ መሕጸቢ.
túi đựng đồ tắm

ድኳ
ghế đẩu

ሚዛን
cái cân

ክዳን መሕጸቢ.
áo choàng tắm

ንንቲ መጸረዪ.
găng tay làm vệ sinh

ታምፖን
nút gạc

ጨርቂ ሰበይቲ
băng vệ sinh

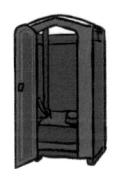

ሽቓቕ ከሚስትሪ
nhà vệ sinh hóa chất

ክፍሊ ቆልዑ

phòng trẻ em

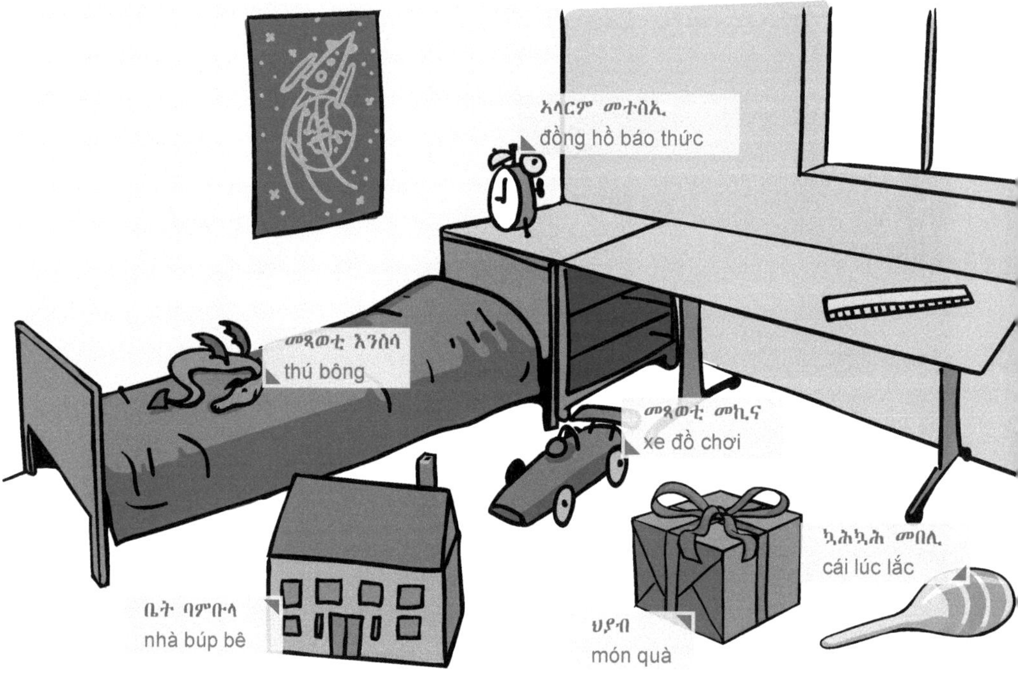

ኣላርም መተስኢ
đồng hồ báo thức
መጻወቲ እንስሳ
thú bông
መጻወቲ መኪና
xe đồ chơi
ኳሕኳሕ መበሊ
cái lúc lắc
ቤት ባምቡላ
nhà búp bê
ህያብ
món quà

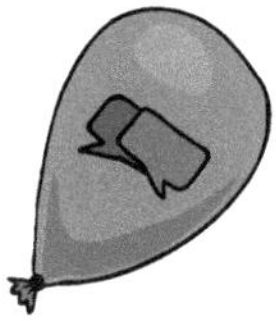

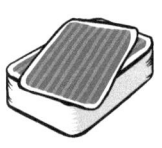

ባላንችና

bong bóng

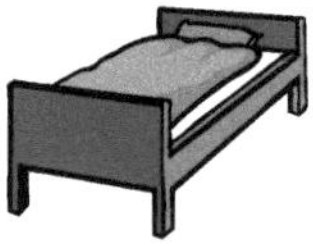

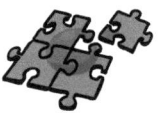

ዓራት

giường

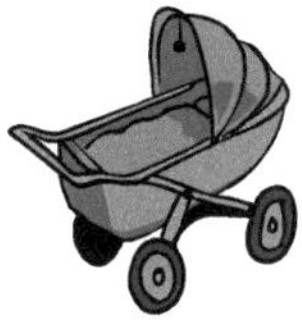

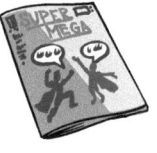

ሰረገላ ህጻን

xe nôi

ጸወታ ካርታ

trò chơi bài

ሕንቅሊተይ

trò chơi ghép hình

SUPER
MEGA

ኮሜዲ

truyện tranh

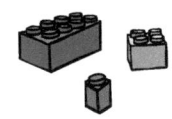

እምንታት መጸወቲ ለጎ

gạch Lego

መጸወቲ እምንታት

khối xếp hình

በዓል አክቾን

nhân vật hành động

ክዳን ማማይ

liền quần cho trẻ sơ sinh

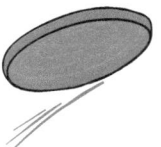

ፍሪስቢ

đĩa nhựa để ném

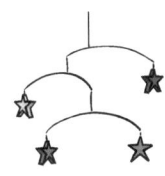

ጥባይል ማማይ

đồ chơi treo trên giường

ጸወታ ሰሌዳ

trò chơi cờ bàn

ኩቦ

xúc xắc

ሞደል ባቡር ምድሪ

đồ chơi xe lửa mô hình

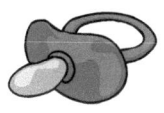

ዓባስ

ti giả

ፓርቲ

buổi tiệc

መጽሓፍ ስእሊ

sách tranh

ኩዕሶ

quả bóng

ባምቡላ

búp bê

ተጻወተ

chơi

መጻወቻ ሑጻ
hố cát

ሰላል
cái đu

መጻወቻታት
đồ chơi

ኮንሶል ቪዲዮ
máy chơi game cầm tay

መጻወቻ ሰለስተ መንኮርኮር
xe ba bánh

ተዲ
gấu bông

ከብሒ ክዳን
tủ quần áo

ካልስታት
bít tất

ነዊሕ ካልስታት
bít tất dài

ስረ ካልሲ
quần tất

ሻርባ
khăn choàng cổ

ጃላ
ô che mưa

ማልያ
áp phông

ሳ
ày thắt lưng

ስኒከርስ
giày sneaker

ረፋ.ዕ
ủng

ጫማ ገዛ
dép đi trong nhà

ሻበጥ
....
dép xăng đan

ጫማ
....
giày

ረፋ.ዕ ጎማ
....
ủng cao su

ሙታንታ
....
quần lót

ክዳን ጡብ
....
áo ngực

ትሕተ ካሚቻ
....
áo vest

ክዳን - y phục   45

ቦዲ

áo ôm sát cơ thể

ስሪ

quần dài

ጂንስ

quần bò

ቀምሽ

váy

ካምቻ

áo cánh

ካሚቻ

áo sơ mi

ጉልፍ

áo len chui đầu

ጎልፍ

áo len

ጃኬት

áo blazer

ጃከት

áo jacket

ጁባ

áo khoác

ክዳን ዝናብ

áo mưa

ኮስቱም

trang phục

ቀምሽ

áo váy

ቀምሽ መርዓ

áo cưới

ልብሲ

bộ com lê

ካሚቻ ለይቲ

áo ngủ

ክዳን ለይቲ

pijama

ሳሪ

trang phục sari

መሃረብ ርእሲ

khăn trùm đầu

ቱርባን

khăn đội đầu

ቡርካ

áo burka

ካፍታን

áo captan

አባያ

áo aba

ክዳን መሕምበሲ

quần áo bơi

ስረ መሕምበሲ

quần bơi

ሓጺር ስረ

quần đùi

ክዳን ታዕሊም

quần áo tracksuit

በጃ ክዳን

tạp dề

ጓንቲ

găng tay

መልጎም

cái cúc

መነጽር

kính mắt

በንናጅር

vòng đeo tay

ማዕተብ

vòng cổ

ቀለበት

nhẫn

ኩትሻ

hoa tai

ቆብዕ

mũ lưỡi trai

መንበሪ ጁባ

cái mắc treo áo quần

ባርኔጣ

mũ

ካርራሻት

cà vạt

ሻርኔጣ

dây kéo phéc mơ tuya

ሀልመት

mũ bảo hiểm

መድልደል ስረ

dây đeo quần

ድቢዛ ቤትትምህርቲ

đồng phục học sinh

ድቢዛ

đồng phục

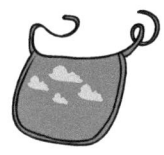

ሰደርያ ቆልዓ

yếm trẻ em

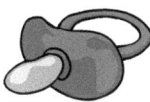

ዓባስ

ti giả

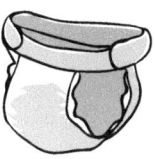

ጨርቂ ማማይ

tã lót

ቤት ጽሕፈት

văn phòng

ሰርቨር
máy chủ
ክብሒ ሰነድ
tủ hồ sơ
ወረቐት
giấy
ፕሪንተር
máy in
ሞኒቶር
màn hình
ጣውላ ምጽሓፍ
bàn làm việc
እንጭዋ
chuột máy tính
ሓቛፊ
thư mục
ኪቦርድ
bàn phím
ጎሓፍ ወረቐት
thùng rác giấy
ኮምፒተር
máy tính
መንበር
ghế

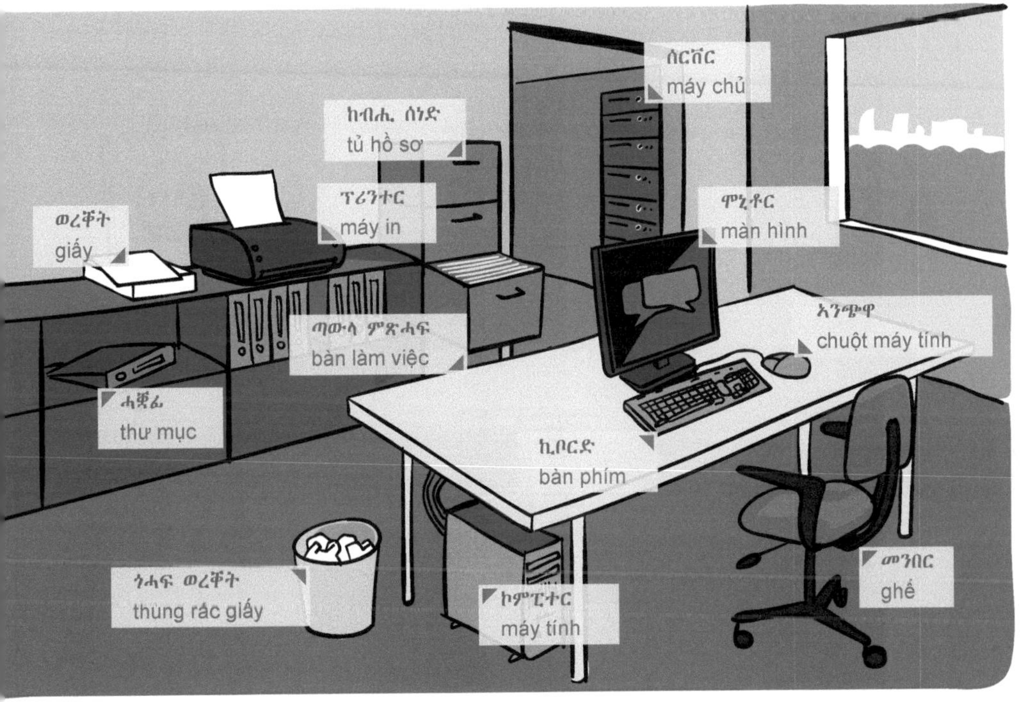

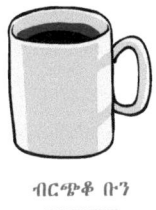

ብርጭቆ ቡን

cốc cà phê

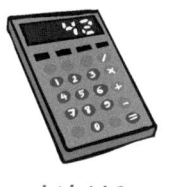

ካልኩለተር

máy tính bỏ túi

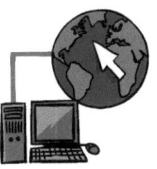

ኢንተርነት

internet

ላፕቶፕ

laptop

ደብዳበ

thư

መልእኽቲ

tin nhắn

ሞባይል

điện thoại di động

ነትወርክ/መርበብ

mạng

መቅድሒ ፎቶኮፒ

máy photocopy

ሶፍትዌር

phần mềm

ተለፎን

điện thoại

ሶከት ኳረንቲ

ổ cắm điện

ፋክስ

máy fax

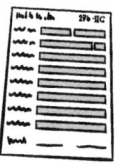

ፎርም

mẫu đơn

ሰነድ

chứng từ

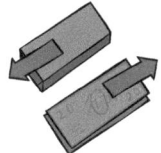

ገዝአ

mua

ከፈለ

trả tiền

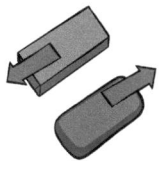

ንግዲ

buôn bán

ገንዘብ

tiền

ዶላር

đô la

አዩሮ

Euro

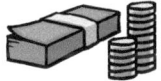

የን

yên

ሩበል

rúp

ስዊዝ ፍራንክን

franc Thụy Sĩ

ረንሚንቢ ዩዋን

nhân dân tệ

ሩፒየ

rupi

መውጽኢ ማሺን ገንዘብ

máy rút tiền tự động

በታ ቅያር ገንዘብ

quầy đổi tiền

ወርቂ

vàng

ብሩር

bạc

ዘይቲ

dầu

ሓይሊ

năng lượng

ዋጋ

giá tiền

ውዕል

hợp đồng

ቀረጽ

thuế

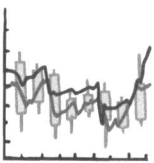

እኩብ ጥሪ-ነገራት

cổ phiếu

ሰርሐ

làm việc

ሰራሕተኛ

nhân viên

ኣስራሒ

chủ lao động

ትካል

nhà máy

ዱኳን

cửa hiệu

ሞያታት
nghề nghiệp

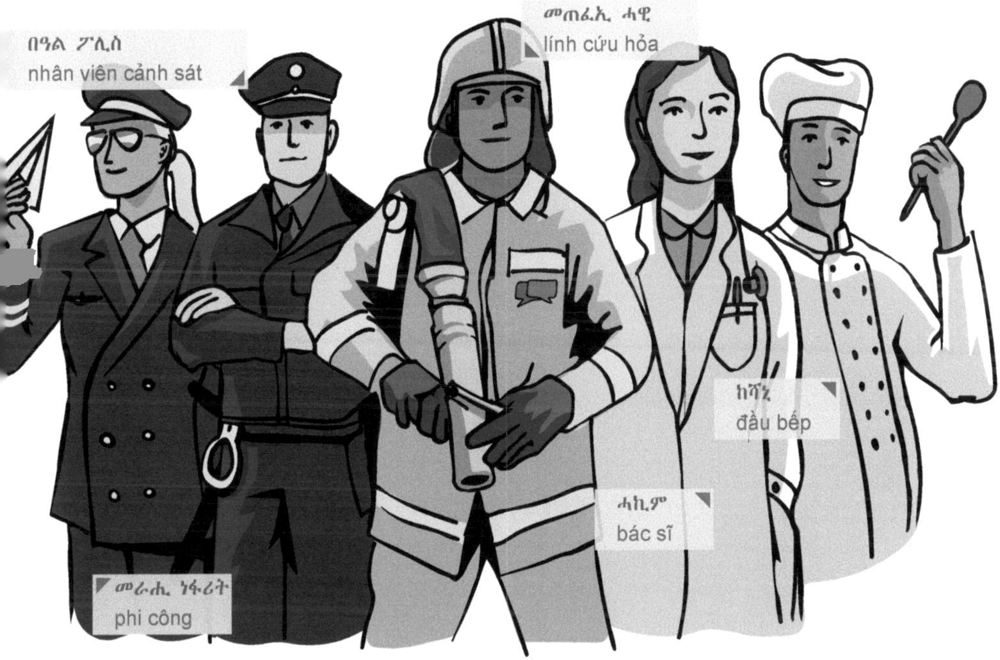
በዓል ፖሊስ
nhân viên cảnh sát
መጠፈኢ ሓዊ
lính cứu hỏa
ከሻኒ
đầu bếp
ሓኪም
bác sĩ
መራሒ ነፋሪት
phi công

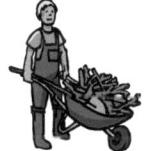

ሰራሕተኛ ጀርዲን

người làm vườn

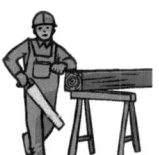

ጸራቢ ዕንጸይቲ

thợ mộc

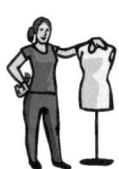

ሰፋይት

thợ may

ፈራዳይ

chánh án

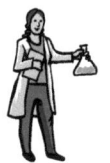

ቀማሚ

nhà hóa học

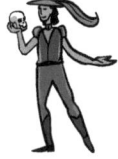

ተዋሳኢ

diễn viên

መራሒ አዉቶቡስ

tài xế xe buýt

አዉቲስታ ታክሲ

người lái taxi

ገፋፊ ዓሳ

ngư dân

ጸራጊት

người lau dọn vệ sinh

ሃናጻይ ናሕሲ

thợ lợp mái nhà

አሰላፊ

bồi bàn

ሃዳናይ

thợ săn

ሰአላይ

họa sĩ

እንዳ ሕብስቲ

thợ làm bánh

ኤለትሪከኛ

thợ điện

ሃናጺ አባይቲ

thợ xây dựng

ሃንዳሲ

kỹ sư

ሰራሕተኛ እንዳ ስጋ

người hàng thịt

ድራብሊኮ

thợ sửa ống nước

አማላላሲ ፖስጣ

người đưa thư

ወታደር
người lính

መሃንድስ
kiến trúc sư

ተሓዝ ገንዘብ
nhân viên thu ngân

ሰራሕተኛ ዕምባባ
người bán hoa

ቀምቃማይ
thợ cắt tóc

ፌተሪኖ
nhân viên soát vé

መካኒክ
thợ cơ khí

መራሒ መርከብ
thuyền trưởng

ሓኪም ስኒ
nha sĩ

ተመራማሪ
nhà khoa học

ራቢ
giáo sĩ Do thái

ኢማም
lãnh tụ Hồi giáo

ፈላሲ
nhà sư

ቀሺ
mục sư

ናውቲ

dụng cụ

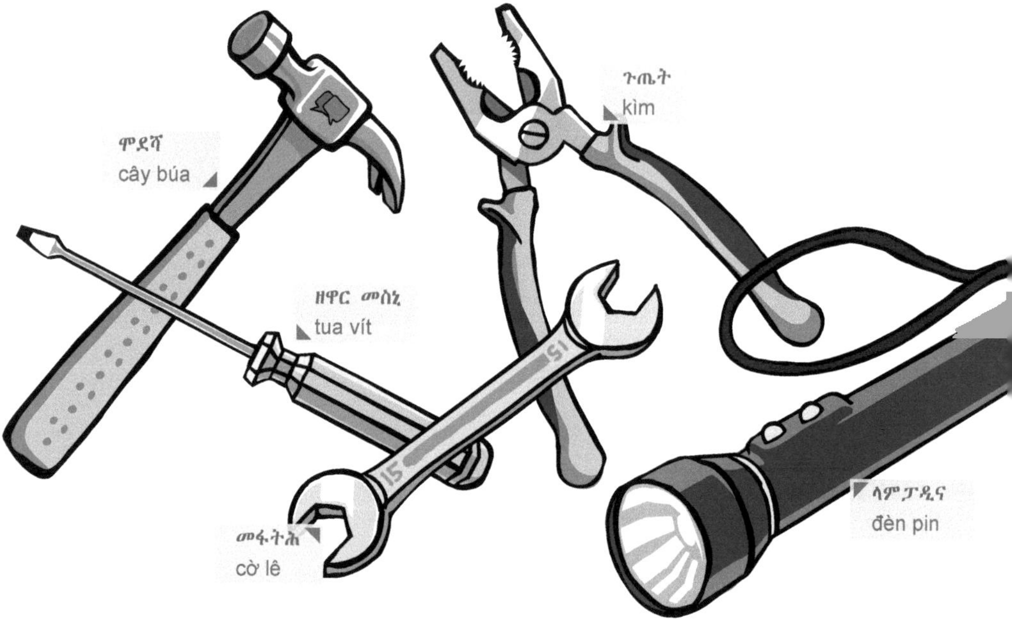

ሞደሻ
cây búa
ጉጠት
kìm
ዘዋር መስኒ
tua vít
መፉትሕ
cờ lê
ላምፓዲና
đèn pin

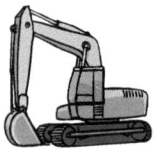

ፈሓሪ

máy xúc đất

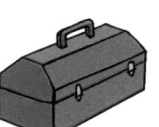

ናውቲ ቦክስ

hộp dụng cụ

መደያይቦ

cái thang

መጋዝ

cưa

መስማር

đinh

ኰዓቲ

máy khoan

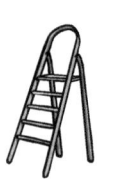

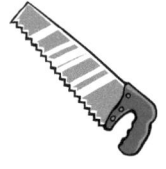

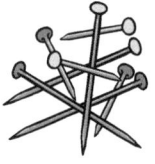

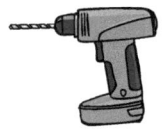

ምዕራይ

sửa chữa

ባደላ

cái xẻng

አይ!

khốn nạn!

መትሓዚ ዶሮና

cái hót rác

ድስቲ ቀለም

thùng sơn

ካቻቢታ

vít

መሳርሒ ሙዚቃ

nhạc cụ

እስፒከር
loa

ከበሮታት
bộ trống

ጊታር
đàn ghi ta

ረጒድ ዓባይ ጊታር
đàn công tra bát

ትሮምፐት
kèn trompet

ፒያኖ
....
đàn piano

ቫዮሊን
....
đàn vĩ cầm

ባስ ጊታር
....
ghi ta bass

ቲምፓኒ
....
trống định âm

ከቦሮ
....
trống

ኦርጋን
....
đàn organ

ሳክሶፎን
....
kèn Saxophone

ሻምብቆ
....
sáo

ሚክሮፎን
....
micro

ነብር
con cọp

መእተዊ
lối vào

ንብያ
lồng

አድጊ በረኻ
ngựa vằn

መግቢ. እንስሳ
thức ăn gia súc

ፓንዳ
gấu trúc

እንስሳታት
động vật

ሓርማዝ
con voi

ካንጋሩ
chuột túi

ሓሪሽ
tê giác

ጉሪላ
khỉ đột

ድቢ
con gấu

ገመል

lạc đà

ሰገን

đà điểu

አንበሳ

sư tử

ህበይ

con khỉ

ፍላሚንጎ

hồng hạc

ሕንጻይ

con vẹt

ድቢ በረድ

gấu bắc cực

ፐንጉን

chim cánh cụt

ከልቢ ዓሳ

cá mập

ጣውስ

con công

ተመን

con rắn

ሓርገጽ

cá sấu

ሓላዊ ቤት ገርድሽ

người trông giữ vườn bách
thú

ዓሳ ዚምገብ እንስሳ ባሕሪ

hải cầu

ጃጓር

báo đốm

ሓጺር ፈረስ
ngựa lùn

ነብሪ
con báo

ጉማሬ
hà mã

ጂራፉ
hươu cao cổ

ሊላ
đại bàng

መፋለስ
heo rừng

ዓሳ
cá

ጐብዖ
con rùa

ዋልሩስ
hải mã

ወኸርያ
con cáo

ሰስሓ
linh dương

ናይ ኣሜሪካ ኩዕሶ እግሪ
bóng bầu dục Mỹ

ምዝዋር ብሽግለታ
đua xe đạp

ተኒስ
quần vợt

ባስከትባል
bóng rổ

ምሕምባስ
bơi

ቦክሲንግ
đấm bốc

ሆኪ በረድ
khúc côn cầu trên băng

ኩዕሶ እግሪ
bóng đá

ባድሚንቶን
cầu lông

እስፖርታዊ ንጥፈታት
điền kinh

ኩዕሶ ኢ.ድ
bóng ném

ስኪ
trượt tuyết

ፖሎ
polo

ሰሓቐ
cười

ነጠረ
nhảy

ሓቖፈ
ôm

ከደ
đi bộ

ደረፈ
ca hát

ሓለመ
mơ

ጸለየ
cầu nguyện

ሰዓመ
hôn

ጸሓፈ
....
viết

ሰኣለ
....
vẽ

ኣርኣየ
....
chỉ trỏ

ደፍአ
....
đẩy

ሃበ
....
cho

ወሰደ
....
lấy đi

አለወ
....
có

ገበረ
....
làm

ኮነ
....
thì / là

ጠጠዉ በለ
....
đứng

ጎየየ
....
chạy

ሰሓበ
....
kéo

ሰንደወ
....
ném

ወደቐ
....
rơi

ሓሰወ
....
nằm

ተጸበየ
....
chờ đợi

ሰከም
....
mang vác

ኮፍ በለ
....
ngồi

ተኸድነ
....
mặc quần áo

ደቀሰ
....
ngủ

ተስአ
....
thức dậy

ረአየ

xem

በኸየ

khóc

ብአጸብኡ ደረዘ

vuốt ve

መሸጠ

chải

ተዛረበ

nói chuyện

ተረድአ

hiểu

ሓተተ

câu hỏi

ሰምዐ

nghe

ሰተየ

uống

በልዐ

ăn

አጽመጠ

dọn dẹp

አፍቀረ

yêu

ከሸነ

nấu nướng

ዘወረ

lái xe

ነፈረ

bay

ብመርከብ ገየሽ

đi thuyền buồm

ደመረ

tính toán

አንበበ

đọc

ተመሃረ

học

ሰርሐ

làm việc

መርዓወ

cưới

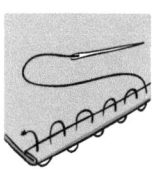

ሰፈየ

khâu vá

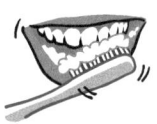

ጽሬት አስናን

đánh răng

ቀተለ

giết

ሽጋራ ተከኸ

hút thuốc

ሰደደ

gửi đi

ስድራቤት
gia đình

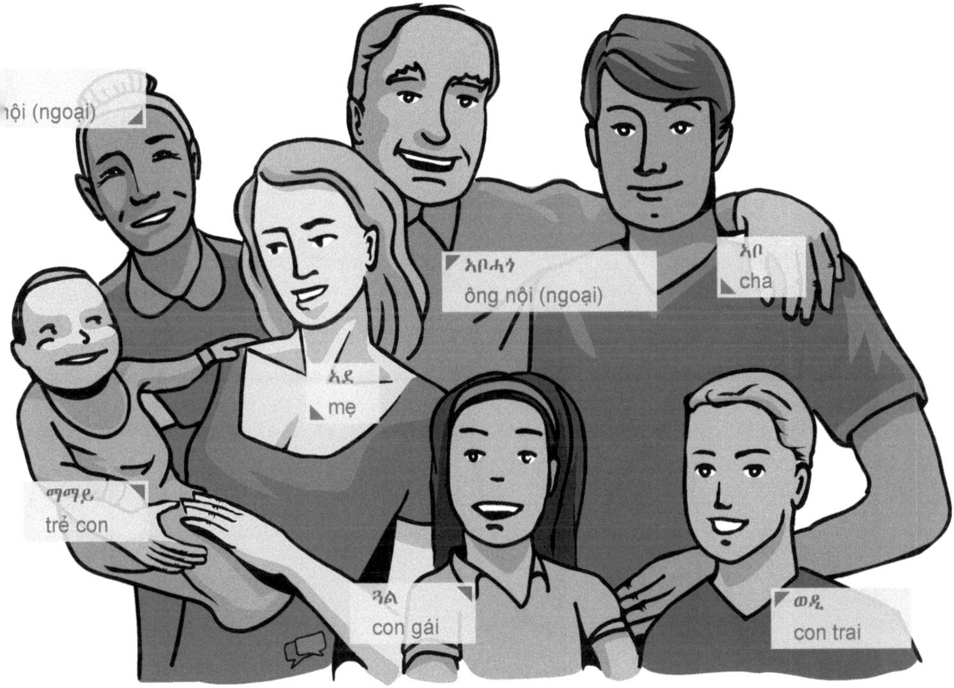

ội (ngoại)
ኣቦሓጎ
ông nội (ngoại)
ኣቦ
cha
ኣደ
mẹ
ማማይ
trẻ con
ጓል
con gái
ወዲ
con trai

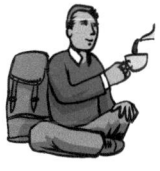

ጋሻ

khách

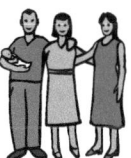

ሓትኖ

cô (dì)

ኣኮ

chú, bác (cậu)

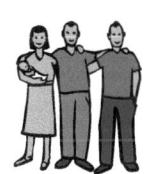

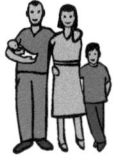

ሓው

anh (em) trai

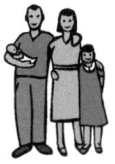

ሓፍቲ

chị (em) gái

ኣካላት

cơ thể

ግንባር
trán
ዓይኒ
mắt
መንኩብ
vai
ኣጻብዕ
ngón tay
ገጽ
mặt
መንከስ
cằm
ኢድ
bàn tay
ኣፍ-ልቢ
ngực
ሽፉን እግሪ
chân
ምናት
cánh tay

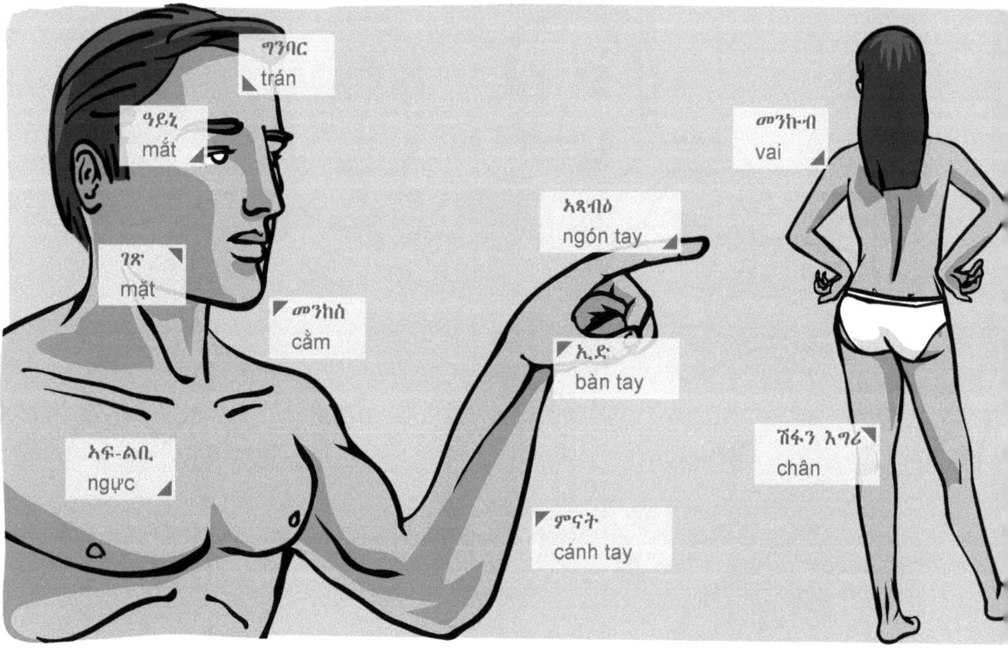

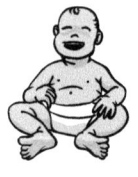

ማማይ

trẻ con

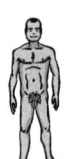

ሰብኣይ

đàn ông

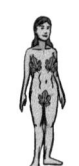

ሰበይቲ

phụ nữ

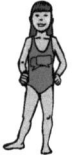

ጓል

bé gái

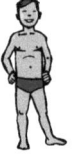

ወዲ

bé trai

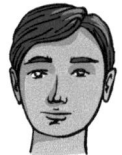

ርእሲ

đầu

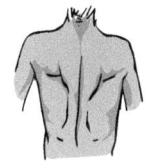

ሕጓ
....
lưng

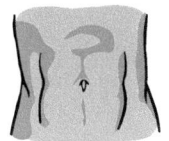

ከስዐ
....
bụng

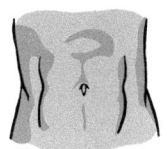

ሕምብርቲ
....
rốn

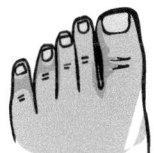

ኣጻብዕ እግሪ
....
ngón chân

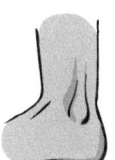

ኩርኵረ
....
gót chân

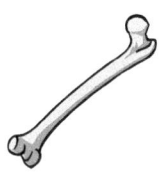

ዓጽሚ
....
xương

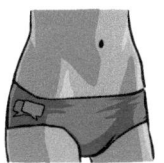

ምሕኩልቲ
....
hông

ብርኪ
....
đầu gối

ፎግፎጐ
....
khuỷu tay

ኣፍንጫ
....
mũi

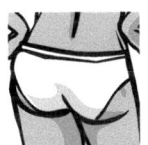

መዓኮር
....
mông

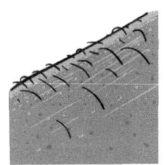

ቆርበት
....
da

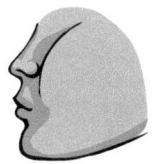

ምዕጉርቲ
....
má

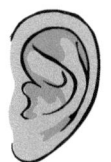

እዝኒ
....
tai

ከንፈር
....
môi

አካላት - cơ thể   69

አፍ

miệng

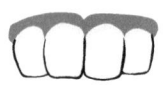

ስኒ

răng

መልሓስ

lưỡi

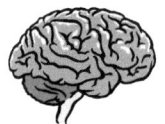

ሓንጎል

não

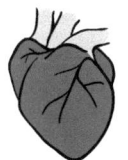

ልቢ

tim

ጭዋዳ

cơ bắp

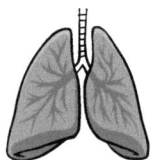

ሳንቡእ

phổi

ጸላም ከብዲ

gan

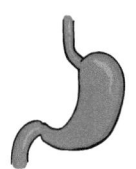

ከብዲ

dạ dày

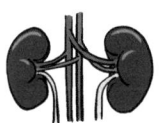

ኩሊት

thận

ግብረ ስጋ

giao hợp

ኮንዶም

bao cao su

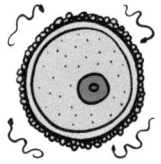

እንቋቖ ሓ

noãn

ዘርኢ ተባዕታይ

tinh dịch

ጥንሲ

mang thai

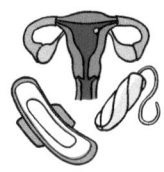

ጽግያት
kinh nguyệt

ርሕሚ
âm vật

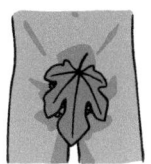

መትሎ
dương vật

ሽፋሽፍቲ
lông mày

ጸጉሪ
tóc

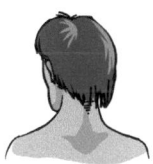

ክሳድ
cổ

አካላት - cơ thể　　71

ሆስፒታል
bệnh viện

መኪና አምቡላንስ
xe cứu thương

መንበር ዓረብያ
xe lăn

ስባር
gãy xương

ሓኪም

bác sĩ

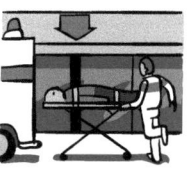

ክፍሊ ህጹጽ ረድኤት

phòng cấp cứu

አላይት

y tá

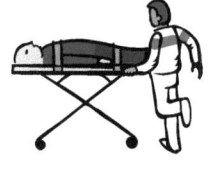

ህጹጽ ኩነት

cấp cứu

ውኑኡ ዘጥፍአ

bất tỉnh

ቃንዛ

cơn đau

ጉድኣት

bị thương

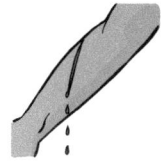

ደም

chảy máu

ማህረምቲ

nhồi máu cơ tim

ማህረምቲ

đột quỵ

ኣለርጂ

dị ứng

ሰዓል

ho

ረስኒ

sốt

ኡንፍልወንዛ

cúm

ውጽኣት

tiêu chảy

ቃንዛ ርእሲ

đau đầu

መንሽሮ

ung thư

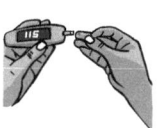

ሹኮርያ

bệnh tiểu đường

ሓኪም መጥባሕቲ

bác sĩ phẫu thuật

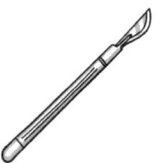

መጥብሒ

dao mổ

መጥባሕቲ

giải phẫu

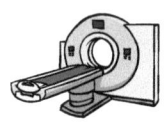

CT

chụp cắt lớp

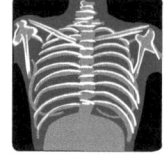

ራጂ

chụp x-quang

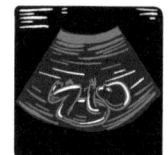

ልዕለ ድምጻዊ

siêu âm

መሸፈኒ ገጽ

mặt nạ

ሕማም

bệnh

ክፍሊ ምጽባይ

phòng đợi

ምርኩስ

cái nạng

መጃነኺ ቁስሊ

băng dán vết thương

መጃነኺ

băng bó

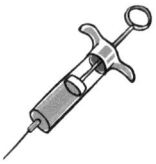

መርፍዕ ምውጋእ

tiêm thuốc

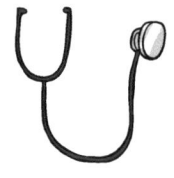

ስተቶስኮፕ

ống nghe khám bệnh

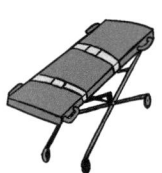

መሰከሚ ሕማም

băng ca

ቴርሞመተር

nhiệt kế

ትውልዲ

sinh đẻ

ልዕለ-ሚዛን

thừa cân

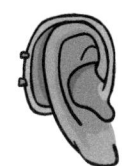

ሓገዝ ምስማዕ
máy trợ thính

ኣንጻሂ
chất khử trùng

ልበዳ
nhiễm trùng

ቫይረስ
vi rút

ኤድስ
HIV / AIDS

ሕክምና
thuốc

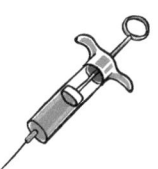

ክታብ
tiêm chủng

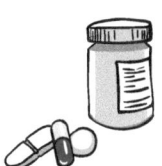

ክኒና
thuốc viên

ክኒና
viên thuốc

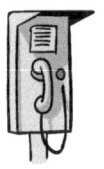

ህጹጽ ምድዋል
gọi cấp cứu

መዕቀኒ ጸቕጢ ደም
máy đo huyết áp

ሕሙም / ጥዑይ
bệnh / khỏe mạnh

ሓገዝ

cứu!

ኣላርም

báo động

ምህጃም

cuộc đột kích

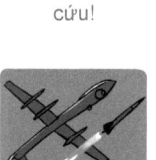

መጥቃዕቲ

sự tấn công

ድንገት

mối nguy hiểm

ህጹጽ መውጽኢ

lối thoát hiểm

ሓዊ!

cháy!

መጥፍኢ ሓዊ

bình chữa cháy

ሓደጋ

tai nạn

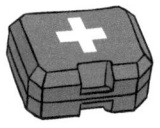

ሳንጣ ቀዳማይ ረድኤት

bộ dụng cụ sơ cứu

SOS

SOS

ፖሊስ

cảnh sát

ኤውሮጳ

châu Âu

ሰሜን አመሪካ

Bắc Mỹ

ደቡብ አመሪካ

Nam Mỹ

አፍሪቃ

châu Phi

ኤስያ

châu Á

አውስትራልያ

châu Úc

አትላንቲክ

Đại Tây Dương

ፓሲፊክ

Thái Bình Dương

ህንዳዊ ዉቅያኖስ

Ấn Độ Dương

አንታርቲካዊ ዉቅያኖስ

Nam Cực Dương

አርክቲካዊ ዉቅያኖስ

Bắc Băng Dương

ሰሜናዊ ዋልታ

bắc cực

ደቡባዊ ዋልታ
....
nam cực

አንታርቲካ
....
nam cực

ምድሪ
....
trái đất

መሬት
....
đất liền

ባሕሪ
....
biển

ደሴት
....
đảo

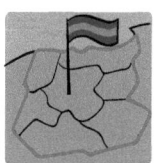

ሃገር
....
quốc gia

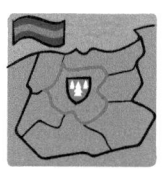

ዓዲ.
....
nhà nước

ገጽ ሰዓት

mặt đồng hồ

አመልካቲ ሰዓታት

kim chỉ giờ

አመልካቲ ደቓይቕ

kim chỉ phút

አመልካቲ ካልኢት

kim chỉ giây

ሰዓት ክንደይ ኣሎ?

Bây giờ là mấy giờ?

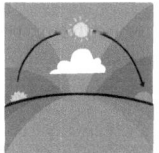

መዓልቲ

ngày

ግዜ

thời gian

ሕጂ

bây giờ

ዲጊታል ሰዓት

đồng hồ điện tử

ደቓይቕ

phút

ሰዓት

giờ

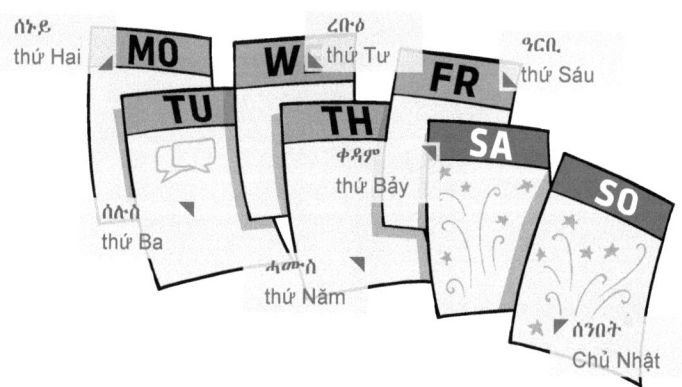

ሰኑይ thứ Hai

ረቡዕ thứ Tư

ዓርቢ thứ Sáu

ሰሉስ thứ Ba

ቀዳም thứ Bảy

ሓሙስ thứ Năm

ሰንበት Chủ Nhật

ትማሊ
....
hôm qua

ሎሚ
....
hôm nay

ጽባሕ
....
ngày mai

ንጎሆ
....
buổi sáng

ቀትሪ
....
buổi trưa

ምሸት
....
buổi tối

MO	TU	WE	TH	FR	SA	SU
1	2	3	4	5	6	7
8	9	10	11	12	13	14
15	16	17	18	19	20	21
22	23	24	25	26	27	28
29	30	31	1	2	3	4

መዓልታት ስራሕ
....
ngày làm việc

MO	TU	WE	TH	FR	SA	SU
1	2	3	4	5	6	7
8	9	10	11	12	13	14
15	16	17	18	19	20	21
22	23	24	25	26	27	28
29	30	31	1	2	3	4

መወዳእታ ሰሙን
....
cuối tuần

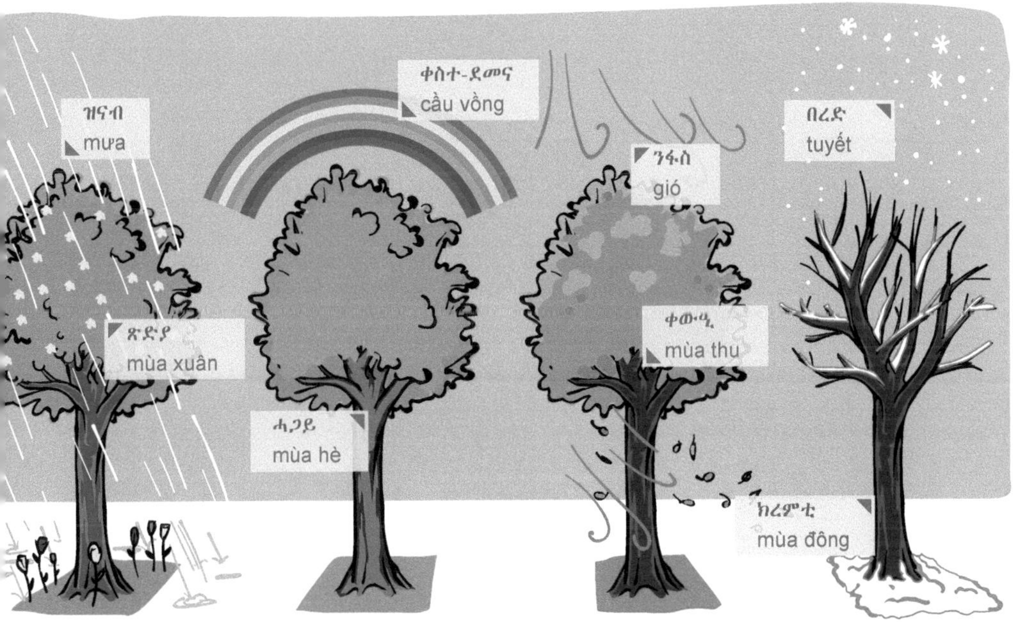

ዝናብ
mưa
ቀስተ-ደመና
cầu vồng
ንፋስ
gió
በረድ
tuyết
ጽድያ
mùa xuân
ሓጋይ
mùa hè
ቀውዒ
mùa thu
ክረምቲ
mùa đông

4.APRIL 11°
5.APRIL 4°
6.APRIL 13°
7.APRIL 8°
8.APRIL 10°

ትንቢት ኩነታት ኣየር

dự báo thời tiết

F C
120 40
90 30
60 20
30 10
0 0
-30 -10
-20

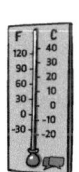

ቴርሞመተር

nhiệt kế

ብርሃን ጸሓይ

ánh nắng

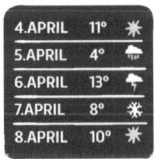

ደበና

mây

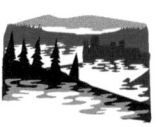

ግመ

sương mù

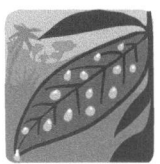

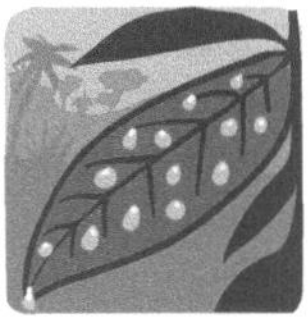

ጠሊ

độ ẩm không khí

ብርቂ

tia chớp

ነጎዳ

sấm sét

ህቦብላ

cơn bão

በረድ

mưa đá

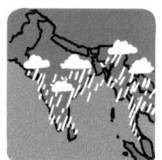

ብርቱዕ ህቦብላ

gió mùa

ውሕጅ

lũ lụt

በረድ

nước đá

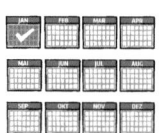

ጥሪ

tháng Một

ለካቲት

tháng Hai

መጋቢት

tháng Ba

ሚያዝያ

tháng Tư

ጉንበት

tháng Năm

ሰነ

tháng Sáu

ሓምለ

tháng Bảy

ነሓሰ

tháng Tám

ዓመት - năm

መስከረም
....
tháng Chín

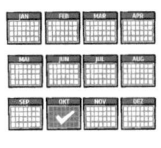

ጥቅምቲ
....
tháng Mười

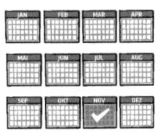

ሕዳር
....
tháng Mười Một

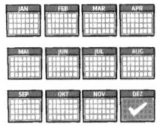

ታሕሳስ
....
tháng Mười Hai

ቅርጻታት
hình dạng

ዙርያ
....
hình tròn

ትርብዒት
....
hình vuông

ቅኑዕ ርቡዕ ኩርናዕ
....
hình chữ nhật

ስሉስ ኩርናዕ
....
hình tam giác

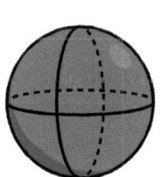

ክቢ
....
hình cầu

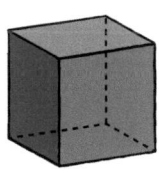

ኩቦ
....
khối vuông

ጸዕዳ
....
màu trắng

ብጫ
....
màu vàng

ኣራንሺ
....
màu cam

ፒንክ
....
màu hồng

ቀይሕ
....
màu đỏ

ጁክ
....
màu tím

ሰማያዊ
....
màu xanh dương

ቀጠልያ
....
màu xanh lá cây

ቡናዊ
....
màu nâu

ሓሙኽሽታይ
....
màu xám

ጸሊም
....
màu đen

ብዙሕ / ውሑድ

nhiều / ít

ሕሩቕ / ሰላማዊ

tức tối / điềm tĩnh

ጽቡቕ / ክፉእ

xinh đẹp / xấu xí

መጀመርያ / መወዳእታ

bắt đầu / kết thúc

ዓቢ / ንእሽቶ

to / nhỏ

ብሩህ / ጸልማት

sáng / tối

ሓው / ሓፍት

nh (em) trai / chị (em) gái

ጽሩይ / ርሳሕ

sạch / bẩn

ምሉእ / ዘይምሉእ

đủ / thiếu

መዓልቲ / ለይቲ

ngày / đêm

ሙዊት / ህልው

chết / sống

ሰፊሕ / ጸቢብ

rộng / chật hẹp

ደስ ዘበል / ደስ ዘይብል
....
ăn được / không ăn được

እኩይ / ህያዋይ
....
ác / tử tế

ርቡጽ / ስልኩይ
....
hào hứng / chán nản

ረጊድ / ቀጢን
....
béo / gầy

ቀዳማይ / ናይ መወዳእታ
....
đầu tiên / cuối cùng

ዓርኪ / ጸላኢ.
....
bạn / thù

ምሉእ / ባዶ
....
đầy / rỗng

ተሪር / ልስሉስ
....
cứng / mềm

ከቢድ / ፈኩስ
....
nặng / nhẹ

ጥምየት / ጽምየት
....
đói / khát

ሕሙም / ጥዑይ
....
bệnh / khỏe mạnh

ዘይሕጋዊ / ሕጋዊ
....
bất hợp pháp / hợp pháp

መስተውዓሊ / ስዲ
....
thông minh / ngu

ጸጋም / የማን
....
trái / phải

ቀረባ / ርሑቕ
....
gần / xa

ሓዲሽ / ብሉይ
mới / cũ

ዋላ ሓደ / ገለ
không có gì cả / có cái gì đó

ዓቢ/ኣረጊት / መንእሰይ
già / trẻ

ወልዕ / ኣጥፍእ
bật / tắt

ክፉት / ዕጹው
mở / đóng

ህዱእ / ዓው
im lặng / ồn ào

ሃብታም / ድኻ
giàu / nghèo

ቅኑዕ / ግጉይ
đúng / sai

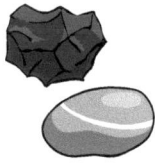

ሓርፋፍ / ልሙጽ
sần sùi / mịn màng

ጉሁይ / ሕጉስ
buồn / vui

ሓጺር / ነዊሕ
ngắn / dài

ቀስ / ቅልጡፍ
chậm / nhanh

ጥሉል / ንቑጽ
ẩm ướt / khô ráo

ምዉቕ / ዝሑል
ấm áp / mát mẻ

ውግእ / ሰላም
chiến tranh / hòa bình

0	**1**	**2**
ዜሮ	ሓደ	ክልተ
số không	một	hai
3	**4**	**5**
ሰለስተ	ኣርባዕተ	ሓሙሽተ
ba	bốn	năm
6	**7**	**8**
ሽዱሽተ	ሸውዓተ	ሸሞንተ
sáu	bảy	tám
9	**10**	**11**
ትሽዓተ	ዓሰርተ	ዓሰርተ ሓደ
chín	mười	mười một

12
ዓሰርተ ክልተ
mười hai

13
ዓሰርተ ሰለስተ
mười ba

14
ዓሰርተ ኣርባዕተ
mười bốn

15
ዓሰርተ ሓሙሽተ
mười lăm

16
ዓሰርተ ሽዱሽተ
mười sáu

17
ዓሰርተ ሸውዓተ
mười bảy

18
ዓሰርተ ሸሞንተ
mười tám

19
ዓሰርተ ትሽዓተ
mười chín

20
ዕስራ
hai mươi

100
ሚእቲ
một trăm

1.000
ሽሕ
một ngàn

1.000.000
ሚልዮን
một triệu

እንግሊዝኛ

tiếng Anh

አመሪካዊ እንግሊዛዊ

tiếng Anh Mỹ

ቻይናዊ ማንዳሪን

tiếng Quan Thoại

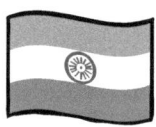

ሂንዳዊ

tiếng Hin-di

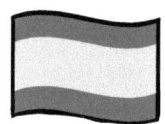

እስጳኛዊ

tiếng Tây Ban Nha

ፈረንሳዊ

tiếng Pháp

ዓረባዊ

tiếng Å-rập

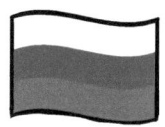

ሩሲያዊ

tiếng Nga

ፖርቱጋላዊ

tiếng Bồ Đào Nha

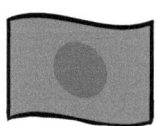

በንጋሊ

tiếng Bengal

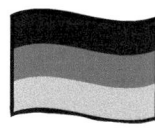

ጀርመናዊ

tiếng Đức

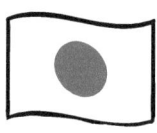

ጃፓናዊ

tiếng Nhật

አነ

tôi

ንስኻ/ኺ

bạn

ንሱ / ንሳ / ንሱ

anh ta / cô ta / nó

ንሕና

chúng tôi

ንስኻ

các bạn

ንሳቶም

họ

መን?

ai?

እንታይ?

cái gì?

ከመይ?

như thế nào?

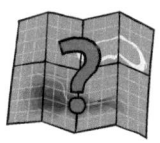

አበይ?

ở đâu?

መዓስ?

lúc nào?

ሽም

tên

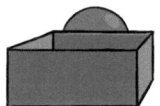

ድሕሪ
phía sau

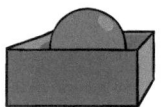

ኣብ
ở trong

ኣብ ቅድሚ
phía trước

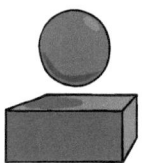

ኣብ ላዕሊ
phía trên

ኣብ ልዕሊ
ở trên

ትሕቲ ምድሪ
ở dưới

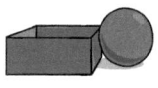

ኣብ ጥቓ
bên cạnh

ኣብ መንጎ
ở giữa

በታ
chỗ